அவள் முகம் காண

முதற்பதிப்பு: 2023
First Edition: 2023

Aval Mugam Kaana

அவள் முகம் காண

Vidya Subramaniam

வித்யா சுப்ரமணியம்

ISBN: 978-93-95248-88-4

Pustaka
EBooks | Audiobooks | Paperback

Pustaka Digital Media Pvt. Ltd.
#7-002, Mantri Residency,
Bannerghatta Main Road, Bengaluru - 560 076
Karnataka, India

+91 7418555884

அவள் முகம் காண

வித்யா சுப்ரமணியம்

Pustaka
EBooks | Audiobooks | Paperback

முன்னுரை

திருமதி சுகந்தா காளமேகம்
கர்நாடக சங்கீதப் பாடகி
சென்னை -4

திருமதி வித்யா சுப்ரமணியம் என்னிடம் இந்தப் புத்தகத்திற்கு முன்னுரை எழுதுமாறு கேட்டபொழுது, கொஞ்சம் ஆச்சர்யமாக இருந்தது. நான் அவருடைய கதைகளைப் படித்திருக்கிறேன். ஆனால் எழுதும் அளவிற்கு எனக்குத் திறமை கிடையாது.

இவருடைய கதைகள் எல்லாம் யதார்த்தமானவை. அவர் குறிப்பாகக் குடும்ப உறவுகளை மையமாக வைத்துத்தான் அதிகமாகவும், ஆழமாகவும் எழுதுகிறார். அதனால் எல்லாக் கதாபாத்திரங்களும் நமக்குப் பரிச்சயமானவர்களாகவே தோன்றுகிறார்கள். இவருடைய Plot என்பது வாழ்க்கைதான்.

இந்தக் கதையின் கதாநாயகி சஞ்சனா காணத் துடிக்கும் முகத்திற்குச் சொந்தக்காரியான நிருபமா, நமக்கு 'ஆசை முகம் மறந்தாயோ'வில் ஏற்கெனவே அறிமுகமானவர்தான். இந்தக் கதையில் தனது கணவனைச் சூழ்நிலையால் பிரிந்து ஆன்மீகத்தில் இழுக்கப்பட்டு இமயத்தில் அமைதியைத் தேடும் அவள் முகத்தைக் காண, சஞ்சனா அவளைத் தேடிச் செல்கிறாள். அவள் முகத்தை சஞ்சனா கண்டாளா என்பதுதான் கதை. தெளிந்த நீரோடையைப்போல் செல்கிறது கதை.

வித்யாவின் சில சிறப்புகள்

1. திருமூலரின் திருமந்திரம், கீதை இவற்றை மிகவும் அழகாகக் கதையுடன் இணைத்திருப்பார். இது ஒரு இனிமையான சங்கீதம்போல் மனதை வருடிக் கொடுக்கும்.

2. இடங்களை இவர் வர்ணிக்கும்பொழுது ஏற்கெனவே பலமுறை இவர் அந்த இடத்திற்குச் சென்றிருக்கிறாரோ என்று பிரமிக்க வைக்கும் அளவுக்கு வர்ணனைகள் அவ்வளவு துல்லியமாக இருக்கும். 'ஆசை முகம் மறந்தாயோ'வில் கைலாஷ் மானஸரோவரை வர்ணித்திருப்பதே இதற்குச்சான்று. அங்கு செல்வதற்கு முன்னமே அதை அவர் எழுதினார் என்றறிந்தபோது பிரமித்து விட்டேன்.

ராக ஆலாபனை செய்யும்போது கற்பனைகள் பெருகி எடுப்பதற்குச் சமமாக இதைச் சொல்லலாம்.

மொத்தத்தில் இவருடைய கதைகளைப் படிக்கும்போது ஒரு உயர்ந்த சங்கீதக் கச்சேரி கேட்ட உணர்வு ஏற்படுகிறது.

சங்கீதத்தில் லயம் எவ்வளவு சுத்தமாக இருக்க வேண்டுமோ, அதேபோல் கதையில் லயம் தொய்வில்லாமல் செல்வது ஒரு சிறப்பு.

இவர் பழகுவதற்கு மிகவும் இனிமையானவர். இவர் மேலும் புகழுடன் தீர்க்காயுளுடன் இருக்க, கைலாசநாதர் அருள் புரிவாராக.

***

முன்னுரை

மதிப்பிற்கும் அன்புக்கும் உரிய திருமதி வித்யா மேடம்,

முதற்கண் 'ஆசை முகம் மறந்தாயோ' என்ற இந்தக் கதையை நான் படிக்கக் காரணமாக இருந்த நூலகத்திற்கு மறக்காத என் நன்றிகள்.

ஆரம்பத்தில் இப்புத்தகத்தை நானும் சராசரியாகத்தான் படித்தேன். அதன்பின் ஆழ்ந்து படித்து அதன் வரிகள் அனைத்தும் மனதிலே பசுமையாகப் பதிந்துபோனதற்கு இரண்டு காரணங்கள். முதல் காரணத்தைச் சொல்லுமுன் என்னைப்பற்றிய சில முன்னுரை எழுத அனுமதிக்கும்படி கேட்டுக்கொள்கிறேன்.

நான் வங்கிப்பணியிலிருந்து விருப்ப ஓய்வு ஊதியத்தில் வெளிவந்து குடும்பத் தலைவியாய் உள்ள ஒரு சராசரிப் பெண்மணி. என் வாழ்வின் ஆரம்ப கட்டத்திலிருந்தே ஏதோ ஒரு வெறுமை என்னுடனேயே வளர்ந்து வந்தது. அதன் தாக்கத்தினால் நிறையவே நானும் என் குடும்பமும் ஏறக்குறைய புயல், பூகம்பம் என்று சொல்லும் அளவிற்கு அல்லல்பட்டோம். அத்தனைக்கும் ஈடுகொடுத்து என்னை இன்றளவும் இந்தக் கதைக்கு முன்னுரை எழுத வைத்திருப்பதுவரை தோள்கொடுத்த என் கணவரும் என் முத்தான இரு பெண்குழந்தைகளும் கடவுள் எனக்கு அளித்த பரிசு. 'தெய்வம் மனுஷ்ய ரூபேண' என்பதுபோல அதலபாதாளத்திலிருந்து என்னை மீட்ட டாக்டர் சந்திரசேகர் அவர்களுக்கு இதைச் சமர்ப்பிக்கிறேன்.

எனக்கு ஏற்பட்ட பாதிப்புகளுக்கும் என் வாழ்வின் பல கேள்விகளுக்கும் விடை அளித்த இந்தக் கதை

என்னைப் பொறுத்தவரையில் பகவத்கீதை, குரான், பைபிள். இந்தக் கதையால் எனக்குள் ஏற்பட்ட தாக்கத்தை விவரிக்க முன்னுரையில் பக்கங்கள் போதாது.

ஆன்மீகம் என்பது எளிமையான விஷயம். அதை அடையப் பெரிய முயற்சி ஏதும் தேவையில்லை. சாதாரணப் பாமரனிலிருந்து பெரிய ஞானி வரைக்கும் கிடைக்கக்கூடிய பாரபட்சமற்ற ஒன்றுதான் ஆன்மீகம் என்ற இந்த அரிய உண்மையை இந்தக் கதையின் கதாபாத்திரங்கள் மூலம் தெளிவுபடுத்தி உள்ளீர்கள். இந்தக் கதையில் என்னைப் பாதித்தவர்கள் அனேகமாக எல்லாக் கதாபாத்திரங்களுமே என்றாலும், முக்கியமாகக் கதையின் நாயகி நிருபமா, பவானி, ப்ரணவின் அப்பா ஜெயராமன் மற்றும் தஞ்சாவூர் பெரியவர்.

கதையின் மையமாகிய நிருபமா ஏழே நாட்கள் கணவருடன் வாழ்ந்துவிட்டு, அவனைக் கண்டுபிடிக்க முடியாது என்று தெரிந்ததும் தன் புகுந்த வீட்டில் ஐக்கியமான பண்பைப் பற்றிச்சொல்வதா, சிற்றின்பம்தான் பேரின்பத்திற்குப் படிக்கட்டுகள் என்று கூடுவிட்டுக் கூடு பாய்ந்து ஆதிசங்கரர் கற்றுக் கொடுத்ததை எடுத்துரைத்த நேர்த்தியைச் சொல்வதா, காமம், கருவறையில் இருக்கும் தீபம்போல இருக்க வேண்டும் என்ற அறிவுரையைச் சொல்வதா, ஆத்மா உடம்பு என்ற சட்டையை எப்படி அடைகிறது என்று ஜெயராமன் வாயால் புரியவைத்த பஞ்சாக்னி வித்தையைப் பற்றிச் சொல்வதா, கதாநாயகி, தஞ்சாவூர் பெரியவரின் மார்ஜால பக்தி, மர்கட பக்தியைப் பற்றிய விளக்கம் கேட்டுப் பிரமித்து, நான் பூனைக்குட்டியா, குரங்குக்குட்டியா என்று கேட்க, அவர் இதுவரை எப்படி இருந்தால் என்ன, இனிப் பூனைக்குட்டியாகிவிடு என்று மனதைத் தொட்ட வெகுளித்தனமான வரிகளைச் சொல்வதா, மனுஷனுக்கு எப்பொழுதும் பிரியமானது

என்று எதுவும் கிடையாது; எப்பொழுதுமே பிரியமானது ஆத்மா ஒன்றுதான் என்று கூறி, எல்லோருக்குள்ளும் உறைந்து இருக்கிற இறையுணர்வைத் தட்டி எழுப்பிய விசாலமான மனதைப் பற்றிச் சொல்வதா?.. அம்மாடி! எனக்கு மூச்சு முட்டுகிறது.

கதை வரிக்குவரி சங்கீதலயத்துடன் சத்தியத்தை மட்டுமே பற்றிக் கொண்டு நகர்கிறது. படிக்கும்பொழுது நம் ஐம்புலன்களும் மந்திரத்திற்குக் கட்டுப்பட்டதைப்போல ஒரு உணர்வு ஏற்படுகிறது. கடைசியில் கதாநாயகி, "இதற்குத்தானா, என்னை உன்னிடம் சேர்க்கத்தானா இத்தனை விளையாட்டும்..?!" என்று கயிலைநாதனை நோக்கி மனமுருகிச் சொல்லும்பொழுது, நான் என்னை அந்த நிமிடத்தில் அந்த இடத்தில் பொருத்திக்கொண்டு ஆழ்ந்த அமைதியையும் சாந்தத்தையும் உணர்ந்தபொழுது நான் பட்ட இன்னல்கள் எல்லாம் பனிபோல நீங்கியது போன்ற உணர்வு என்னை இன்னமும் ஆட்கொண்டிருக்கின்றது.

இதனுடைய தொடர்ச்சியாக வரும் இரண்டாம்பாகம், ஒரு தவத்தை, ஒரு மோனத்தைக் கலைத்துவிடுமோ என்ற ஒரு பயம் என் மனதில் இருந்தது. ஆனால் உலகம் யாருக்காகவும் எதற்காகவும் நிற்காமல் இயங்கிக் கொண்டேதான் இருக்கும் என்ற மகாவாக்கியத்தை நிரூபிக்கும் வகையில் நாயகியின் எதிர்காலம் என்ன என்பதை அறிந்து கொள்ளவும், 'அவள் முகம் காண' ஆவலாய் இருக்கிறேன். மீண்டும் உங்கள் பெட்டகத்திலிருந்து இன்னொரு பொக்கிஷத்தைப் படிக்கக் கசக்குமா என்ன? படிக்க மனம் பெரிதும் விழைகிறது.

இரண்டாம் காரணத்தைப்பற்றி ஒரு சிறுவரைவு. நம் இதயத்தில் நேர்மை, அன்பு, உற்சாகம், ஒருமைப்பாடு, புத்திக்கூர்மை இவை எல்லாம் மலர்வதுதான் ஆன்மீகம்

என்று எடுத்துரைத்து என் மனதை ஒருமுகப்படுத்தி இந்தக் கதையின் ஆழத்தைப் புரியவைத்த வாழும் கலை நிறுவனத்திற்கும், அதை உலகிற்கு அருளிய பூஜ்யஸ்ரீ ஸ்ரீஸ்ரீரவிசங்கர் குருஜிக்கும், இறைவனுக்கும், எனக்கு இறையருளைப் புரியவைத்த தங்களுக்கும் இதை சமர்ப்பணம் செய்கிறேன்.

என்றென்றும் உங்கள் படைப்புகளுக்குத் தலைவணங்கும்,
ரேவதி ராமச்சந்திரன்.

❋❋❋

இனிய நட்புக்கு,

நாவலுக்குள்ளே நுழைவதற்கு முன் கொஞ்சம் பேசிவிடுகிறேனே. என்னுடைய 'ஆசை முகம் மறந்தாயோ?' படித்தவர்களுக்கு 'அவள் முகம் காண' மற்றொரு ஆச்சர்யமாக இருக்கும். அதன் இரண்டாவது பகுதிதான் இது. அதேநேரம் அதைப் படிக்காதவர்களுக்கும் இது புரியும். இதைப் படித்தபிறகு அதைத் தேடிப்பிடித்துப் படிக்கும் ஆவல் வரும். 'ஆசை முகம் மறந்தாயோ' எழுதும்போது, நான் கயிலாயம் சென்றதில்லை. ஆனால் 'அவள் முகம் காண' எழுதும்போது நான் இரண்டுமுறை கயிலாய தரிசனம் செய்திருந்தேன். முக்கியமாக எவருக்கும் எளிதில் கிடைக்காத ஆத்மலிங்கத்தைத் தரிசிக்கும் பெரும்பேறு எனக்குக் கிடைத்திருந்தது. 'பார்க்காமல் ஒன்று எழுதினாயே,.. பார்த்துவிட்டு இன்னொன்று எழுது' என்று இறைமை தன் முழு அருளையும் என்மீது வாரி இறைத்தாற்போல் உணர்கிறேன். 'இதற்குத்தானா அந்த தரிசனம்!' என்று கண்கலங்கியபடிதான் இதன் கிளைமாக்ஸை எழுதினேன். யாரைக் கொண்டு எதைச்செய்ய வேண்டும் என்று முடிவுசெய்வது இறைமைதான். அதுவே இந்த இரண்டு புதினங்களையும் என்னைக் கொண்டு வடித்திருக்கிறது. மற்றப்படி இதில் என் பெருமை என்று சொல்லிக்கொள்ள எதுவும் இல்லை. இந்த நாவலை எழுதுவது என முடிவு செய்ததும் இதற்கான மிகப்பொருத்தமான தலைப்பைக் கூறிய என் மூத்த மகளுக்கு நன்றி சொல்லியே ஆகவேண்டும்.

இதற்கு முன்னுரை எழுதியுள்ள திருமதி சுகந்தா காளமேகம் சாதாரண ஆள் அல்ல. மிகச்சிறந்த பாடகி. 2006இல் என்னோடு கயிலாய யாத்திரை

வந்தவர். இவர் குரல் மட்டுமல்ல, இவரும் இனிமையானவர்தான். எனக்கு கர்நாடக சங்கீதம் என்றால் உயிர். ஆனால் இன்றைய சில பாடகிகளின் அதீத அலட்டல்களும், அலங்காரங்களும். ஆபரண மோகங்களும் எனக்கு ஒவ்வாதவை. அவர்கள் ஒரு கோயிலின் சுற்றுப் பிராகாரத்தில் மின்னும் மெர்க்குரி விளக்குகள் என்றால், சுகந்தா காளமேகம் கர்ப்பகிருஹத்தில் அமைதியாகச் சுடர்விடும் தீபம். அதன் மதிப்பு புரிந்தவர்களால் மட்டுமே அதை ரசிக்க முடியும். அவரவர்க்குப் பிடித்த விஷயத்தைக் கொண்டுதான், ஒன்றை எடைபோட முடியும் என்பார்கள். சுகந்தா என் நாவலைத் தன் சங்கீதத்தால் விமர்சித்திருக்கிறார். சந்தோஷமாக இருக்கிறது. அவருக்கு என் நன்றி.

திருமதி ரேவதி ராமச்சந்திரன் எனது ரசிகை. 'ஆசைமுகம் மறந்தாயோ' நாவலால் மிகவும் ஈர்க்கப்பட்டவர். பலநூறுமுறை அந்நாவலைப் படித்திருப்பவர். அவரது கருத்துக்களையும் இங்கே கூறியிருக்கிறார். அவருக்கும் என் நன்றி.

இனி நீங்கள் நாவலுக்குள் நுழையத் தடையேதுமில்லை. உங்கள் உணர்வுகளை என்னோடு பகிர்ந்து கொள்வீர்கள் என நம்புகிறேன். எனது மின்னஞ்சல் முகவரி: nilavidya@yahoo.com.

என்றென்றும் அன்புடன்
வித்யா சுப்ரமணியம்

***

அத்தியாயம்

1

சிலீரென வீசிய பெருங்காற்றில் தேகம் ஒருமுறை காலோடு தலை நடுங்கிற்று. சுற்றிலும் பெரிய பெரிய மலைகள். அவள் தன்னந்தனியே நடந்தாள். ஏன் நடக்கிறோம் எங்கு செல்கிறோம் என்று புரியாத நிலையில் ஒவ்வொரு அடியாய் எடுத்துவைத்து மூச்சுவாங்க நடந்தாள்.

இது எந்த இடம்? எப்படி இங்கே வந்தோம்? ஒன்றும் புரியவில்லை. 'அதோ பார்!' திடீரென ஒருகுரல் கேட்க, திடுக்கிட்டுத் திரும்பினாள். யாரையும் காணவில்லை. 'நிமிர்ந்து பார்!'. மறுபடியும் அதேகுரல். அவள் நிமிர்ந்து நோக்கினாள். சிலையாய் நின்றாள்.

மிக அழகான ஒரு பனிச்சிகரம். வெண்பனி படர்ந்திருந்த அந்தச் சிகரத்தில் ஒரு முகம் அவளையே உற்றுப்பார்த்தது. அந்தப் பார்வையின் தீட்சண்யம் தாங்கமுடியாமல் அவள் உடல் துவண்டது. கண்களை மூடினாள். கீழே விழுந்துவிடுவோம் போலத் தோன்ற... பிடிமானம் தேடிக் கைகள் காற்றில் ஆடின. உடல் மண்ணில் மெல்லச் சரிய...

சஞ்சனா திடுக்கிட்டுக் கண்விழித்தாள். உடல் வியர்த்திருக்க, படுக்கையிலிருந்து எழுந்தமர்ந்தாள். என்ன கனவு இது! யோசித்தபடி அருகிலிருந்த தண்ணீர் பாட்டிலை எடுத்து ஒருவாய் குடித்தாள். அதன் பிறகு உறக்கம்

வரவில்லை. விடிவிளக்கின் ஒளியில் மணியைப் பார்த்தாள். மூன்றுமணி.

சரியான பிரம்மமுகூர்த்தம். அது என்ன இடம்? எவ்வளவு அழகான மலைகள்! எத்தனை அழகான முகம்! மலைக்கு முகம் இருக்குமா? சஞ்சனா கண்மூடி மீண்டும் அந்தக் கனவிற்குள் புக முயன்றாள். அதன் இனிமையில் லயித்தபடி வெகுநேரம் கிடந்தாள். அப்படியே தூங்கிப் போனாள்.

உறக்கம் கலைந்தபோது நன்கு விடிந்திருந்தது. புது ஊர், புதுச்சூழலில் தாய் தந்தையைப் பிரிந்திருக்கிறோம் என்ற உணர்வுடன் எழுந்தாள். எல்லாம் புதுமுகங்கள். இந்தியாவின் வெவ்வேறு மூலைகளிலிருந்தெல்லாம் வந்திருக்கிற புத்திசாலி இளைஞர்கள்.

ஹைதராபாத் நகரின் ஐஎஸ்பி வளாகத்தில் இனிய சூழலில் இருந்த ஒரு தங்கும் விடுதியில் ஒரு அழகிய அறை அவளுக்கு ஒதுக்கப்பட்டிருந்தது. நான்கு படுக்கையறைகளும் அதற்கு நடுவே ஒரு பொதுவான வரவேற்பறையும் ஒரு சிறிய நவீனச் சமையல் மேடையுமாய் இருந்த அந்த அபார்ட்மெண்டில் தற்சமயம் அவள் மட்டுமே இருந்தாள். மற்றவர்கள் அநேகமாக இன்றோ நாளையோ வந்துவிடக்கூடும். இன்னும் வகுப்புகள் ஆரம்பிக்கவில்லை.

அப்பாவும் அம்மாவும் அவளை விட்டுவிட்டு நேற்றுக் காலையே கிளம்பிச் சென்றுவிட்டார்கள். முதன்முறையாக வாழ்க்கையில் அவர்களைப் பிரிந்திருக்கிறாள். அம்மாகூட இயல்பாக இருந்தாள். அப்பாதான் மிகுந்த கவலையோடு இருந்தார்.

"தனியா இருந்துடுவியா சஞ்சனா?" மீண்டும் மீண்டும் கேட்டார்.

"நா மேல்படிப்புக்காக வந்திருக்கேம்ப்பா. எனக்கு இருபத்தோரு வயசாகுது. என்னைப் பார்த்துக்க எனக்குத் தெரியும். கவலைப்படாம கிளம்புங்கப்பா.."

''அதுக்கில்லடா... நினைச்சப்ப பார்க்க முடியாது. அடிக்கடி வரவும் முடியாது...''

''யார் சொன்னாங்க? இங்க இல்லாத வசதியே கிடையாது. பாத்ரூம்லகூட ஃபோன்வசதி இருக்கு. இருபத்துநாலு மணிநேரமும் நல்ல வேகத்தில் இண்டர்நெட் வசதி இருக்கு. எப்ப வேணா பேசிக்க செல்போன் இருக்கு. மும்பைலேர்ந்து விமானம் ஏறினா மிஞ்சிப்போனா மூணு மணிநேரம். பறந்து வந்து என்னைப் பார்க்கலாம். என் விருந்தாளியா என்னோட நாலஞ்சுநாள் தங்கிட்டுப் போகலாம்!'' சஞ்சனா சொல்லிவிட்டுச் சிரித்தாலும், அப்பாவின் முகத்தில் பிரிவுச்சுமை மாறவில்லை. அம்மா அவரைக் கிண்டலாகப் பார்த்தாள்.

''ரொம்ப நல்லார்க்கு... பெண்குழந்தை பிறந்தன்னிக்கே தெரியாதா, ஒருநாள் பிரியணும்னு...? சந்தோஷமா ஒருநாளைக்கு இவளை அவ புருஷன்கூட அனுப்பத்தானே போறோம்..? உங்கப்பா அப்டிதான் சஞ்சு.''

சஞ்சனா அப்பாவைக் கனிவோடு பார்த்தாள். ''தினம் கார்த்தால ஒருமுறை, ராத்திரி ஒருமுறை உங்களுக்கு ஃபோன் பண்றேன். சரியா? சமத்தா கிளம்புங்க.''

''உன் வங்கிக் கணக்குலே வேண்டிய பணம் இருக்கு. ஏடிஎம் கார்டு பத்திரம். எப்ப வேணா எவ்ளோ வேணா எடுத்துக்கோ. வேற என்ன வேணும்னாலும் உடனே சொன்னா, அப்பா அடுத்த விமானம் பிடிச்சு ஓடி வந்துடறேன்.''

''சரி...'' அவள் சிரித்தாள்.

அப்பா மனசின்றித்தான் கிளம்பினார். குழந்தை மாதிரித் திரும்பித் திரும்பிப் பார்த்தபடி நடந்து சென்றவரை அம்மாதான் கையைப் பிடித்து இழுத்துச் சென்றாள்.

இந்தப் படிப்பை மும்பையிலேயே படிக்க முடியும் என்றாலும், அம்மாதான் அவள் ஹைதராபாத்தில் படிக்க வேண்டும் என்று தீர்மானித்தாள். ''நீ ஒரு குழந்தைங்கற

நினைப்பு உங்கப்பாக்கு மாறணும் சஞ்சு. உன் காரியத்தை எல்லாம் நீயே செய்துக்கிட்டுத் தனியா இருக்க உனக்குத் தெரியும்னு அவர் நம்பணும்."

அம்மா இப்படிச் சொன்னதும் அப்பா பலமாய் மறுத்தார்.

"மாட்டேன், எம் பொண்ணை நா அவ்ளோ தூரம் எல்லாம் அனுப்ப மாட்டேன்."

கடைசியில் அம்மாதான் வென்றாள். அவள் சொல்வதுபோல் அப்பாவுக்கு இன்னமும் இவள் சின்னப்பெண்தான். நினைவு தெரிந்த நாளிலிருந்து அவள் அம்மாவின் மடியைவிட அப்பாவின் மார்பில்தான் அதிகம் வளர்ந்திருக்கிறாள், தலை சீவிவிடுவதிலிருந்து சீருடை அணிவித்துப் பள்ளிக்கு அழைத்துச்சென்று விடுவதுவரை அப்பாதான் எல்லாம். அப்படி ஒரு பாசம். அப்பாவின் அன்பு சிலநேரம் மூச்சுத் திணறும் அளவுக்குக்கூட இருக்கும்.

சஞ்சனா குளித்து உடைமாற்றிக் கொண்டு அறையைப் பூட்டினாள். சற்று தூரத்தில், மாணவர்கள் அரட்டை அடித்தபடி காப்பி குடிப்பதற்கு ஒரு கஃபே விடுதி இருந்தது. அதைநோக்கி நடந்தாள். வழியில் தென்பட்ட சக மாணவர்களிடம் தன்னை அறிமுகப்படுத்திக்கொண்டு காலை வணக்கம் கூறியபடி நடந்தாள்.

மிகப்பெரிய கல்வி வளாகம் அது. வெளிநாட்டில் இருப்பது போன்ற ஒரு பிரமையும் வியப்பும் ஏற்படுத்தியது. பார்த்துப் பார்த்து ஒவ்வொரு கட்டிடத்தையும் வடிவமைத்து மிக நவீனமாகக் கட்டியிருந்தார்கள். எங்கு நோக்கினும் பசுமையும் சுத்தமும் கண்களைக் கவர்ந்தது.

பிரெட் டோஸ்ட்டும், தேநீரும் வாங்கிக்கொண்டு ஓரமாயிருந்த ஒரு உணவு மேஜை நோக்கி நடந்தபோது, கழுத்தில் தொங்கிய செல்ஃபோன் அடித்தது. இரண்டு கைகளிலும் பொருட்கள் இருக்க, சட்டென மொபைலை

எடுக்கமுடியாமல் அவள் தடுமாறியநேரம், 'நான் உதவலாமா' என்றபடி அவள் கையிலிருந்த டீகோப்பையையும் பீங்கான் தட்டையும் வாங்கி அருகிலிருந்த தன் மேஜைமீது வைத்த இளைஞனுக்கு நன்றி கூறிவிட்டு, அவள் மொபைலை எடுத்துப் பேசினாள். அப்பாதான் பேசியது. அவருக்குக் காலை வணக்கம் கூறினாள்.

"ராத்திரி நல்லா தூங்கினாயாம்மா?"

"நல்லா தூங்கினேன்."

"நா தூங்கவேல்ல, தெரியுமா?"

அவளுக்குச் சிரிப்பு வந்தது. "ஏம்பா? என்ன கவலை உங்களுக்கு? நீங்களே பார்த்தீங்க இல்ல...? எவ்ளோ பாதுகாப்பான இடத்துல என்னை விட்ருக்கீங்கன்னு."

"இல்லடா... நீ பிறந்ததுலேர்ந்து இதுவரை உன்னைப் பிரிஞ்சதில்லை. அதான்."

"புரியுதுப்பா. இந்தப் படிப்பு முடிஞ்சதும் எனக்கு வெளிநாட்டுல வேலை கிடைச்சுதுன்னா போய்த்தானே ஆகணும்..? இது என் எதிர்காலம்ப்பா..."

"புரியுதும்மா... நா ஒரு அசடு. சரிம்மா. நா ராத்திரி பேசறேன்."

அவள் புன்னகையோடு மொபைலைத் தொங்கவிட்டபடி அந்த இளைஞனின் எதிரில் அமர்ந்தாள்.

"தனியா இருக்கயேன்னு அப்பா கவலைப்படறாரா?" அந்த இளைஞன் ஆங்கிலத்தில் கேட்டான். அவள் ஆமாம் என்பதுபோல் புன்னகைத்தாள்.

"எவ்ளோ வயசானாலும் நம்மளைக் குழந்தைகளாகவே நினைப்பது பெத்தவங்க மட்டும்தான்!" என்றவன், "நா வினீத் கிருஷ்ணன். சென்னையிலிருந்து வந்திருக்கிறேன்..." என்றான்.

“நான் சஞ்சனா ரிஷி. மும்பைலேர்ந்து வந்திருக்கேன்” என்றவள், “உங்கப்பாவும் அம்மாவும் கூட இப்படித்தானா...” என்று கேட்டபடி ரொட்டியை ஒரு கடிகடித்தாள்.

அவன் சிரித்தான்.

“எதுக்குச் சிரிக்கிறே?”

“நா பிறந்தது நியூஜெர்சில. மூணு வயசுவரைதான் அப்பா அம்மாவோட அங்க இருந்தேன். ஒரு ஆண் குழந்தையை நல்ல கலாசாரத்துடன் அங்க வளர்க்க முடியுமான்னு அவங்களுக்குச் சந்தேகம். என்னைச் சென்னையில இருக்கும் பாட்டிகிட்ட கொண்டுவந்து விட்டுட்டுப் போய்ட்டாங்க. நா பாட்டியோட அன்புல வளர்ந்தவன். அவங்களோட அன்புத்தொல்லை தாங்க முடியாமதான் இங்க வந்துட்டேன். சனிக்கிழமை எண்ணெய் தேய்ச்சுக் குளி, கண்டதையும் சாப்டாதே, குடிக்காதே. தினமும் சந்தியாவந்தனம் பண்ணு, காயத்ரி ஜெபி, கோவிலுக்குப் போன்னு ஒரு வண்டி உபதேசங்களையும் என்னோட பொட்டலம் கட்டி அனுப்பியிருக்காங்க..”

“அப்படின்னா ரொம்ப ரொம்ப நல்ல பிள்ளைன்னு சொல்லு...”

“அதுல என்ன சந்தேகம்? அக்மார்க் நல்ல பையன் நான். சிகரெட், தண்ணி, கண்டகண்ட சினிமா பொழுதுபோக்கு எதுவும் கிடையாது. எப்பவும் படிப்பு மட்டும்தான். ஒரே ஒரு குறை உண்டு. நிறையப் பேசுவேன். எல்லோரும் போதும் போதும்னு காதுல பஞ்சுவெச்சுக்கற அளவுக்கு.”

அவள் சிரித்தாள். கடவுளுக்கு நன்றி. முதல்நாளே சுவாரசியமான அக்மார்க் நல்ல பிள்ளை ஒருத்தன் நண்பனாகக் கிடைத்ததற்கு. அவள் அவனோடு கரம் குலுக்கினாள்.

“நீ எந்த மாணவர் கிராமத்துல தங்கியிருக்க?”

அவள் புருவம் சுருக்கினாள்.

"இந்த வளாகத்தில் மாணவர்கள் தங்கும் விடுதிகளுக்குப் பெயர் என்ன தெரியுமா? மாணவர் கிராமம்."

"ஓ..!" அவள் புரிந்து கொண்டாள்.

"என்னோடது கிராமம் இரண்டு. நாலு அறைகள், பொதுவான ஹால். மற்ற மூணுபேர் இனிமேதான் வருவாங்கன்னு நினைக்கிறேன்."

"நான் கிராமம் மூணுல இருக்கேன். என்கூட இருக்கிறவங்களும் இன்னும் வரல. உன் அறைத் தோழிகள் வந்ததும் என்னை மறந்துடமாட்டாயே?"

"வாய்ப்பே இல்லை. நீதான் என் முதல் நண்பன். உன்னை விட்ருவேனா?"

"அப்போ பார்க்கலாம்." அவன் எழுந்தான். அவளிடம் விடைபெற்று நடந்தான். நல்ல உயரம். தோற்றத்தில் ஒரு கண்ணியம். கண்களில் அறிவுச்சுடர். நடையில் மிடுக்கு. முதல்நாளே நல்ல நட்புக் கிடைத்ததற்கு மகிழ்ந்தாள் அவள். தனது அறைக்கு அவள் திரும்பியபோது மேலும் இரண்டு பெண்கள் தங்கள் உடைமைகளோடு வந்திருந்தார்கள். அவர்களிடம் தன்னை அறிமுகம் செய்துகொண்டாள். சட்டெனச் சிநேகம் ஏற்பட்டது.

***

முதல்நாள் என்பதால் வகுப்புகள் அறிமுகத்திலேயே நகர்ந்தன. மிகப் பெரிய மேலாண்மைக் கல்வி வளாகம் அது. அதிகபட்ச அறிவு ஜீவிகளாக இருந்தால் மட்டுமே அங்கு நுழைய முடியும். தவிரப் பணத்தைக் கொட்டியிறைக்கச் செல்வமும் வேண்டும். அதன் ஒவ்வொரு மூலையும் கணிப்பொறி வலைகளின் மூலம் இணைக்கப்பட்டிருந்தது. வெளிநாட்டிலிருந்தெல்லாம்கூட. மாணவர்கள் அங்கு வந்து தங்கிப் படித்தனர். அத்தனை முகங்களிலும் செல்வக்களையும்

அறிவுச்சுடரும் தெரிந்தது. சுத்தமான ஆங்கிலத்தில் பேசினார்கள். மிடுக்காக நடந்தார்கள். எல்லாக் கண்களிலும் ஒரு கனவு இருந்தது. எல்லோருக்குள்ளும் ஒரு பில்கேட்சும், டாட்டாவும், பிர்லாவும், அம்பானியும், மிட்டலும் குடியிருந்தார்கள்.

வகுப்பறைகள் மிக நவீனமாக இருந்தன. ஆளுக்கொரு மைக், கணிப்பொறி, தொலைபேசிக் கருவி, தண்ணீர் பாட்டில்கள் வைக்கப்பட்டிருந்தன. வீடியோ கான்ஃபரன்சிங் வசதி செய்யப்பட்டிருந்தது. ஆசிரியருக்கு முன் முதுகு வளைந்து பணிந்து நிற்கவேண்டியதில்லை. உட்கார்ந்தபடியே பேசலாம், விவாதிக்கலாம், சந்தேகம் கேட்கலாம், தகவல்களைப் பரிமாறிக் கொள்ளலாம். மொத்தத்தில் ஒரு புதிய உலகிற்குள் அடியெடுத்து வைத்திருக்கும் உணர்வு ஏற்பட்டது.

இரவு ஏழு மணிவாக்கில் அறையிலிருந்த தொலைபேசி அடித்தது.

“ஹாய் சஞ்சனா, நா வினீத் பேசறேன். உன் அறைத் தோழிகள் வந்தாச்சா?”

“வந்துட்டாங்க. என்ன விஷயம்?”

“ஒண்ணுல்ல. தனியா இரவு உணவு சாப்டப்பிடிக்கலை. நீ வந்தா தனியா சாப்டற உணர்வு இருக்காது.”

“அதுக்கென்ன, வந்தாப் போச்சு...” அவள் ஃபோனை வைத்துவிட்டுக் கிளம்பினாள். அறைத்தோழிகள் இருவரும் அவரவர் பெற்றோரோடு வெளியில் போயிருந்தார்கள். கீழே வந்து புல்வெளிகளுக்கு நடுவே துடைத்துவிட்டாற்போலிருந்த பாதையில் நடந்தாள்.

சாப்பாட்டுக் கூடம் கலகலவென்றிருந்தது. பேச்சும் சிரிப்புமாக மாணவர்கள் நின்றுகொண்டும் அமர்ந்துகொண்டும் சாப்பிட்டுக் கொண்டிருந்தார்கள். ஒரு மேஜையிலமர்ந்திருந்த வினீத் அவளைக் கண்டதும் கையசைத்தான். சஞ்சனா அவனருகில் சென்றாள்.

"என்ன சாப்பிடலாம்?"

"மிளகுரசம் கிடைக்குமா?"

"நாளைக்கு என் அறைக்கு வா. மிளகுரசம், பருப்புத் துவையல் எல்லாம் பண்ணித் தரேன். இப்ப இங்க இருக்கிறதைச் சாப்டு."

"உனக்கு சமைக்கத் தெரியுமா, வினீத்?"

"சூப்பரா சமைப்பேன். பாட்டி சமையல் போரடிக்கும்போதெல்லாம் சமையல்கட்டுல நம்ம ராஜாங்கம்தான். தாத்தாதான் என்னோட எடுபிடி. ரெண்டுபேரும் சமைச்சு, பாட்டியைப் பரிசோதனை முயல் ஆக்கிடுவோம். நீ எப்டி?"

"எங்கப்பாவாவது... என்னைச் சமைக்கவிடறதாவது..? காய்கறி நறுக்கிக் கையை வெட்டிப்பேனோ, அடுப்படில கையைச் சுட்டுப்பேனோன்னு பயம் அவருக்கு. இந்த விஷயத்துல அம்மாவுக்கும், அப்பாவுக்கும் அடிக்கடி தர்க்கம் வரும். 'பொண் குழந்தைன்னா சமையல்கலை தெரிஞ்சுக்க வேண்டாமா'ன்னு கத்துவாங்க அம்மா. 'எம் பொண்ணுக்குத் தெரியவேண்டாம்'னுவார் அப்பா. 'அப்புறம் அவளை எவன் கட்டிக்குவான்'னு கேப்பாங்க இவங்க. 'என்னைமாதிரி ஒரு இளிச்சவாயன் ஒருத்தன் எங்கயாவது பிறந்திருப்பான். நீ உன் வேலையைப் பார்'னுவார் அவர்."

"அந்த இளிச்சவாயனுக்கு என் அனுதாபங்களை இப்பவே தெரிவிச்சுக்கிறேன்." அவன் கிண்டலடிக்க, அவள் முறைத்தாள்.

இருவரும் சப்பாத்தியும் பருப்பும் வாங்கிக்கொண்டு வந்து அமர்ந்தார்கள்.

"நீ உங்க வீட்டுக்கு ஒரே பெண்ணா, சஞ்சனா?"

"ஆமா. அதான் அப்பா இப்டி கண்ணுக்குள்ள வெச்சுத் தாங்கறார். நீ?"

“எனக்கு ஒரு தங்கை இருக்கா. நிருபமான்னு பேர். ப்ளஸ் டூ படிக்கிறா..”

“அவளும் பாட்டிகிட்டதான் இருக்காளா?”

“ஆமா.”

“உங்க ரெண்டுபேரையும் விட்டுட்டு உங்கப்பா அம்மா எப்டி அங்க இருக்காங்க? போரடிக்காதா அவங்களுக்கு?”

“வருஷத்துக்கு ரெண்டுதரம் ஒருத்தர் மாத்தி ஒருத்தர் வந்துடுவாங்க. ஒரு வருஷத்து அன்பு பாசம் எல்லாத்தையும் ஒரே மாசத்துல, போதும் போதும்ங்கறவரை வாரியிறைச்சு திணறடிச்சுட்டுப் போவாங்க. அவங்களுக்கு மேல பாட்டி. ஆனாலும் எனக்குப் பொழுதுபோகணுமே. அதனால தங்கையோட நிறையச் சண்டை போடுவேன். உங்கப்பா என்ன செய்யறார், சஞ்சனா?”

“ரெடிமேட் ஆடை விற்பனை. அம்மா நல்ல ஆடை வடிவமைப்பாளர். மும்பைல ஃபேக்டரியும் விற்பனை மையமும் இருக்கு. தவிர ஏற்றுமதியும் செய்யறோம். முன்னூறுபேர்கிட்ட வேலை செய்யறாங்க. மும்பை நட்சத்திரங்கள் நிறையப்பேர் அம்மாவோட ரெகுலர் கஸ்டமர்ஸ்.”

“உன் உடைகள் அழகா வடிவமைக்கப்பட்டிருப்பதன் ரகசியம் இதுதானா?”

“பின்னே?”

“உங்க வியாபாரத்தை இன்னும் மேம்படுத்தற எண்ணத்துலதான் இங்க படிக்க வந்தயா?”

“கண்டிப்பா... எல்லாப் பெரிய நகரங்களிலும் எங்களோட கிளைகள் ஆரம்பிச்சு குறைஞ்சது ஐயாயிரம் பேருக்காவது வேலை தரணுங்கறது என்னோட லட்சியம்.”

“குட். வாழ்க்கையில் இதைத்தவிர வேற ஏதாவது லட்சியம் அல்லது கனவுகள் இருக்கா?”

"வேறென்ன?"

"கல்யாணம், குழந்தை குட்டி இதுக்கெல்லாம் நேரம் இருக்குமான்னு கேட்டேன்."

"ஏன் இப்டிக் கேக்கறே? ஒரு வியாபாரத்துறை பெண்மணி கல்யாணம் செய்துக்கமாட்டாளா என்ன? என்னைப் பார்த்தா எப்டி தெரியுது உனக்கு?"

"அய்யோ! நா சாதாரணமாத்தான் கேட்டேன். இதுக்காக நீ காளி மாதிரி முழிக்காதயேன். பயம்மார்க்கு."

அவள் சிரித்தாள்.

"நாளைலேர்ந்து நமக்குப் பேசக்கூட நேரமிருக்குமான்னு தெரியல. ஞாயிற்றுக்கிழமை நாம மறுபடியும் இப்டி சேர்ந்து சாப்டுவோம்."

அவன் கைகழுவ எழுந்தான்.

அவள் தன் அறைக்குத் திரும்பினாள். நான்குபேருக்கும் பொதுவான கூடத்தில் இருந்த உயர்தர சோபாக்களில் மற்ற அறைத்தோழிகள் அரட்டையடித்துக் கொண்டிருக்க, அதன் ஒரு ஓரமாயிருந்த ஒரு அழகிய சமையல் மேடையில் ஒரு பெண்ணின் தாய், பாலைச் சூடு செய்து கொண்டிருந்தாள்.

"பால் சாப்டு, சஞ்சனா!" அவளுக்கும் பால் கோப்பையை நீட்டினாள். கொஞ்சநேரம் அவர்களோடு பேசிவிட்டுத் தன் அறைக்கு வந்தாள். அப்பாவோடு பேசிவிட்டுப் படுத்தாள்.

அன்றிரவும் அவளுக்கு அதே கனவு வந்தது. அதே பனிமலை! அதே முகம்!

❋❋❋

அத்தியாயம்

2

காலையிலேயே அம்மாவிடமிருந்து போன் வந்தது.

''நம்ம நிறுவனத்துக்கு ஒரு விருது கிடைச்சிருக்குடி, சஞ்சு!'' அம்மாவின் குரலில் பொங்கிய உற்சாகம் சஞ்சனாவையும் தொற்றிக்கொண்டது.

''என்ன விருதும்மா?''

''நிறைய ஊனமுற்றவர்களுக்கு வேலை வாய்ப்புக் கொடுத்திருக்கோம்னு.''

''சந்தோஷமார்க்கும்மா.''

''இந்த விஷயத்தை யார் உங்கிட்ட சொல்றதுனு ஒரே போட்டி. கடைசில நான்தான் ஜெயிச்சேன். உங்கப்பா உன்னைத் தூக்கத்துலேர்ந்து எழுப்பக் கூடாதுன்னு வாக்கிங் போன நேரம் நா பண்ணிட்டேன்.''

''சரியான ஆளும்மா நீ. பாவம் அப்பா...!''

''எப்டியிருக்கு உன் படிப்பு?''

''போகப்போக ரொம்பவே மும்முரமாய்டுவோம். தூங்கக்கூட நேரமிருக்குமான்னு தெரியல. அப்புறம் ஒரு சந்தேகம்மா. ஒரே கனவு திரும்பத் திரும்ப வருதும்மா.''

''என்ன கனவு? யாருக்கு வந்துது?''

“எனக்குத்தான்.” சஞ்சனா தன் கனவை விவரித்தாள்.

“அதெல்லாம் ஒண்ணுமில்ல. போன வருஷம் அமர்நாத் போலாம்னு கூப்ட்டப்பொ வரமாட்டேன்னு சொன்னே இல்ல? அதான் மலை மலையாக் கனவு காண்ற!” அம்மா சிரித்தாள்.

“விளையாடாதம்மா. கோயில் கோயிலா சுத்தற வயசா எனக்கு?”

“தப்புடி சஞ்சனா, கோயிலுக்குப் போக ஒரு வயசிருக்குன்னு யாரு சொன்னது?”

“எனக்குக் கடவுள் நம்பிக்கையில்லன்னு நா சொன்னேனா? எனக்கா எப்பொ தோணுதோ அப்பொ கோயில் கோயிலா சுத்தறேன். போதுமா?”

“என்னமோ போ. உன்கூடப் பேசி யாரு ஜெயிக்கிறது! எதுக்கும் அனுமார்சாமியை நினைச்சுக்கிட்டுப் படு! கெட்டகனா வந்தா வாலால தொட்டு எழுப்பிவிடுவார்.”

சஞ்சனா சிரித்தபடி ஃபோனை வைத்தாள். அம்மாவுக்கு அதீத இறை நம்பிக்கை. வாழ்க்கையின் ஒவ்வொரு வினாடியும் கடவுள் கொடுக்கும் வரம் என்று நம்புகிறவள். அப்பாவும் அவளும் காதலித்துத் திருமணம் செய்துகொண்டவர்கள். நடைமேடையில் ஆயத்த ஆடைகளை விற்றுப் படிப்படியாய் முன்னேறித்தான் இன்று இந்த நிலைக்கு வந்திருக்கிறார்கள்.

அவர்களிடையே விளையாட்டு ஊடல்களைத் தவிர வேறு எவ்வித மனஸ்தாபங்களும் ஏற்பட்டு அவள் கண்டதில்லை. இப்படியும்கூட அன்யோன்யமாக ஒரு புருஷன் மனைவி இருக்க முடியுமா என்று வியக்க வைக்கிறவர்கள். ‘ஊர் கண்ணெல்லாம் உங்கமேலதான்’ என்று சொல்லி எத்தனையோமுறை சஞ்சனா அவர்களை ஒன்றாக நிறுத்தி உப்புச் சுற்றிப் போட்டிருக்கிறாள். ‘நா உனக்குச் செய்யறதை நீ எனக்குச் செய்யறயா?’ அம்மா வெட்கப்படுவாள்.

"நீங்களும் சண்டை போடமாட்டேன்றீங்க. எனக்கும் சண்டை போட ஆளில்ல. போரடிக்குதும்மா. எனக்கொரு அண்ணனோ தம்பியோ இல்லாம போய்ட்டானே!" சஞ்சனா சலித்துக்கொள்வாள். ஹைதராபாத் கிளம்புவதற்கு முன்தினம்கூட இதைச் சொல்லி வருத்தமாக முகத்தை வைத்துக் கொண்டாள்.

"கவலைப்படாதே. நீ ஹைதராபாத்லேர்ந்து வரதுக்குள்ள இதுக்கொரு ஏற்பாடு பண்ணிடறேன்." அப்பா கண்ணடித்துக் கூற, அம்மா முகம் சிவக்க அவர் முதுகில் குத்தினாள்.

சஞ்சனா அம்மாவின் வெட்கத்தை நினைத்துச் சிரித்தபடி எழுந்தாள். சமையல் மேடைக்கு வந்து வென்னீர் வைத்து, பால் பவுடர் கலந்து தேநீர் தயாரித்துக் குடித்துவிட்டு அன்றைய தினசரியை வாசித்தபடி சோபாவில் அமர்ந்த சமயம் மற்றத்தோழிகள் வந்தார்கள்.

சற்றுநேர உரையாடலுக்குப்பின் மூவரும் வகுப்புகளுக்குக் கிளம்பினார்கள்.

அன்றைய வகுப்பு மிக சுவாரசியமாக நகர்ந்தது. அறிவுஜீவிகளின் சங்கமம் அது. ஒரு வகுப்புக்கும், அடுத்த வகுப்புக்குமான இடைவெளியில் தேநீர் விடுதியில் அவளைத் தேடி வந்தான் வினீத்.

"நேத்திக்கு அம்மா, அப்பா, பாட்டி மூணு பேரும் பேசினாங்க. மூணுபேர்கிட்டயும் உன்னைப் பத்தி சொன்னேன். என்னடா முதல் நாளே ஒரு பொண்ணுகிட்ட இப்டி விழுந்துட்டயேன்னு ரொம்ப வருத்தப்பட்டாங்க."

"அப்டியா, நீ எப்பொ விழுந்தே? நா பாக்கவேல்லயே... அடி பலமா?"

"எங்க வீட்ல எல்லாத்துக்கும் இப்டிதான் கிண்டல் பண்ணுவாங்க. அதுவும் பாட்டி இருக்காளே... இந்த வயசுக்குப் படுவிஷமம். நா அப்டியெல்லாம் எதுவும் இல்லன்னு

சொல்லிட்டேன். நா என்ன இளிச்சவாயனா, உனக்குச் சமைச்சுப்போட? நீ என்ன சொல்ற?''

"ஏய்...!'' சஞ்சனா ஒற்றைவிரல் அசைத்து 'உதைப்பேன்' என்றாள்.

"உன்னைப் பார்க்கணுமாம் பாட்டிக்கு.''

"அதுக்கென்ன, போட்டோ தரேன் அவங்களுக்கு. ஸ்கேன் பண்ணி மெயில் அனுப்பு.''

"ஏற்கெனவே அனுப்பிட்டேன்.''

அவள் விழிவிரியப் பார்த்தாள்.

"எனக்குக் கொஞ்சம் கார்ட்டூன் போடத் தெரியும். ஓரளவுக்கு உன்னைப் படம் வரைஞ்சு இப்டிதான் இருப்பான்னு அனுப்பிட்டேன். பாக்கறயா?''

"எங்கே, காட்டு பார்ப்போம்.'' அவள் அவன் எடுத்துக்கொடுத்த பேப்பரை ஆவலோடு வாங்கிப் பிரித்தாள். ஒரு கிளியின் படம் வரைந்திருந்தது.

"நா இப்டியா இருக்கேன்?''

"பொண்ணு கிளியாட்டம் இருப்பான்னு எவ்ளோ சிம்பாலிக்கா சொல்லியிருக்கேன். பாராட்டமாட்டேன்றியே!''

"அதுசரி...'' அவள் சிரித்தாள். "அதெப்டி வினீத், என்னை மாதிரியே யோசிக்கற நீ?''

"ஏன்?''

"நேத்திக்கு எங்கம்மாகூட நெட்ல சாட் பண்ணும்போது உன்னைப்பத்தி சொன்னேன். நீ எப்டி இருப்பன்னு கேட்டாங்க. நானும் ஒரு படம் வரைஞ்சு அனுப்பினேன்.''

அவள் தன் குறிப்பு நோட்டைப் பிரித்து நீட்டினாள். தலையில் கிரீடமும் கையில் வாளும், மார்பில் நகைகளுமாய் ஒரு உருவம்.

''பையன் ராஜா மாதிரி இருப்பான்னு எவ்ளோ அழகா சொல்லியிருக்கேன், பார்.''

அவன் வியப்போடு அவளையே பார்த்தான். இருவரும் பக்கெனச் சிரித்தார்கள்.

''இப்ப நா ஒரு காரியம் பண்ணப் போறேன்.'' அவன் அவளுடைய குறிப்பு நோட்டை வாங்கி அவள் வரைந்திருந்த படத்தில் நின்றிருந்த மகாராஜாவின் தோளில் ஒரு கிளியை வரைந்தான்.

''இப்பொ எப்டியிருக்கு... இந்தக் கிளி இந்த மகாராஜாவோட தோள் சேர்ந்துடுச்சுன்னு தெளிவா தெரியுதா?''

சஞ்சனா ஒரு கணம் தடுமாறினாள். இதுவரை உடலிலும் மனதிலும் ஏற்படாத உணர்வு அவளுக்குள் பரவ, அவனை நிமிர்ந்து பார்த்தாள்.

''இதுக்கென்ன அர்த்தம் வினீத்?''

''இதுக்கு அர்த்தம் உனக்கும் தெரியும். எனக்கும் தெரியும். அதை அப்டியே உள்ளுக்குள்ள அனுபவிச்சபடி இதைத் தொடர்வோமே.''

அவள் அதை ஆமோதிப்பதுபோல் மெல்லத் தலையசைத்தாள். அவளுக்கே ஆச்சர்யமாயிருந்தது. ஒரு ஆணுக்கும் பெண்ணுக்கும் பரஸ்பரம் ஏற்படும் இந்த உணர்வைத்தான் உலகம் காதல் என்கிறதா? அவளால் நம்பமுடியவில்லை. அவளுடைய இயல்புக்கு அவளால் யாரையும் காதலிக்க முடியாது என்றுதான் அவள் எண்ணியிருந்தாள்.

ஆனால் அவளை முட்டாளாக்கிவிட்டு மின்னல் நேரத்தில் பரவியிருக்கும் அந்த உணர்வு அவளைச் சற்றே வெட்கப்படுத்தியது. இந்த ரசாயன மாற்றம் எப்போது எந்த வினாடியில் நிகழ்ந்தது? அவளுக்குப் புரியவில்லை.

"என்ன யோசனை?" வினீத் அவள் முகத்திற்கு முன் கையசைத்துக் கேட்டான்.

"எனக்கு ஒண்ணும் புரியல, வினீத்"

"என்ன புரியல?"

"இதெப்டி. என்ன... ஏதுன்னு..."

"ஒரு பூ எப்பொ எப்டி மலர்ந்ததுன்னு அந்தச் செடிகிட்டயோ பூகிட்டயோ கேக்கறயா? எந்தக் கேள்வியுமில்லாம அந்தப் பூவோட மலர்ச்சியை ஏத்துக்கிட்டு அதை ரசிக்கிற இல்லே? அதை மாதிரி இதையும் ரசி. ஏத்துக்கோ."

அவள் அவனையே பார்த்தாள்.

அன்றிரவு அப்பா பேசியபோது அவள் அவரோடு இதுகுறித்துப் பேசினாள்.

"வினீத்தைப்பத்தி சொன்னேன், இல்லப்பா?"

"ஆமா, அவனுக்கென்ன?"

"அவனுக்கு ஒண்ணுமில்ல. எனக்கொரு சந்தேகம்ப்பா.."

"என்ன சந்தேகம்?"

"அம்மாவும் நீங்களும் காதலிச்ச கதை தெரியும். ஆனா அது எப்பொ எப்டி ஏற்பட்டுது? யார் யார்கிட்ட முதல்ல சொன்னிங்க? அந்த உணர்வு எப்டி இருந்தது?"

"திடீர்னு எதுக்குடி எங்க மலரும் நினைவுகளைக் கிளர்றே?" அம்மா இன்னொரு தொடர்பில் குறுக்கிட்டுப் பேசினாள்.

"அந்த வினீத் உன்னைச் சலனப்படுத்தறானா, சஞ்சு?" அப்பா மென்மையாகக் கேட்டார்.

"அப்டிதான் தோணுதுப்பா. ரெண்டேநாள் பழக்கம்தான். ஆனா ரொம்ப காலமா தெரிஞ்சவன் மாதிரி ஒரு சிநேகம்

தோணுது. அவங்கிட்ட ஏதோ இருக்குப்பா. ரொம்ப நல்லவனா இருக்கான். உங்களை மாதிரியே...!''

''அவனைப் பார்த்தா என் வாழ்த்துக்களைச் சொல்லு, சஞ்சு. எம்பொண்ணையும் கவர்ந்திருக்கானே, அதுக்கு ஒரு நன்றி சொல்லணும் அவனுக்கு.''

''ஏன், நான் என்ன கல்லா?''

''அப்டி ஆயிடக்கூடாதேங்கற கவலை எனக்கு இருந்துது. எப்பப்பாரு, வெறிபிடிச்ச மாதிரிப் படிக்கிறதுலயே, உன் டீன் ஏஜ் கழிஞ்சுபோச்சு. படிப்பைத் தவிர வேற எந்த விஷயத்துலயும் ஈடுபாடு இல்லாம இருந்த என் பொண்ணு முதன்முதலா ஒரு பையனைப்பத்தி பேசறான்னா அவன் நிச்சயம் பாராட்டப்பட வேண்டியவன்தானே?.''

''நா என்னப்பா செய்யட்டும்?''

''ஒண்ணும் செய்ய வேண்டாம். சாக்லேட்டைக் கடைவாயில் ஒதுக்கி வெச்சுக்கிட்டு அதன் இனிமையைச் சிறுகச் சிறுக ரசிச்சபடி நம்ம வேலைகளைக் கவனிப்போம், இல்லையா? அந்த மாதிரி இந்த இனிமையை ரசிச்சுக்கிட்டே உன் படிப்பை நல்லபடியா முடி. மிச்சத்தை நாங்க பெரியவங்க பார்த்துக்கறோம். சரியா?''

அவள் போனை வைத்தாள். அப்பாவிடம் பேசிய பிறகு மனசுக்கு இதமாயிருந்தது.

❃❃❃

அத்தியாயம் 3

காதலிக்கக்கூட நேரமில்லாத அளவுக்குப் படிப்புச் சுமை நேரத்தை விழுங்கியது. ஆளுக்கொரு வகுப்பறையில் இருந்ததால் பேசக்கூட நேரமில்லை. மீத நேரங்கள் கணிப்பொறியிலும் குறிப்பேடுகள் தயாரிப்பதிலும் கழிந்தது. அதையும் மீறி அவ்வப்போது சற்று ஓய்வு கிடைக்கும்போது அவன் அவனது நண்பர்களிடம் மாட்டிக்கொள்வான். சஞ்சனா தோழிகளோடு வளாகத்திற்குள் சுற்றி வருவாள். தோழிகள் நீச்சல் குளத்தில் நீந்துவதை வேடிக்கை பார்ப்பாள்.

அவளுக்கு நீச்சல் தெரியாது. மிக அழகான நீச்சல் குளம் வளாகத்தினுள் இருந்தது. அதைப் பார்க்கும்போது நீச்சல் கற்றுக்கொள்ளவில்லையே என்ற வருத்தம் எவருக்கும் ஏற்படும். ஓய்வு ஒழிச்சல் இல்லாத படிப்பில் மாணவர்கள் தங்கள் களைப்பை நீக்கிக்கொள்ள நீச்சல் குளத்தையும், இதர விளையாடுமிடங்களையும் நாடுவது வழக்கம்.

நிறைய மாணவர்கள் திருமணமானவர்கள். அவர்கள் தங்களது மனைவி குழந்தைகளோடு தங்கிப் படிப்பதற்கு வசதியாகவும் அங்கே விடுதிகள் இருந்தன. அந்த விடுதிகளில் அவர்களுக்கு, சுயமாய் சமைத்துச் சாப்பிடுகிற சமையலறையும் உண்டு. அப்படிக் கணவனும் மனைவியுமாக அங்கே தங்கிப் படித்துக் கொண்டிருந்த இருவர் சஞ்சனாவுக்கு அறிமுகமானார்கள். திருச்சிதான் பூர்வீகம். வாணி, ரஞ்சித் என்கிற அந்த இருவரும் தங்களது விடுதிக்கு ஒரு ஞாயிறன்று அவளை உணவு உண்ண அழைத்திருந்தனர்.

அவர்களது அழைப்பை ஏற்று, அவள் கிளம்பிக் கொண்டிருந்தபோது, வினீத்திடமிருந்து போன் வந்தது. "என்ன பண்ணிட்ருக்க?"

"வாணி, ரஞ்சித் சாப்ட கூப்ட்ருக்காங்க. அங்கதான் கிளம்பிட்ருக்கேன். நீயும் வாயேன்."

"அழையா விருந்தாளியாவா? நா வரலப்பா. ஆனா நாம சந்திச்சு கிட்டத்தட்ட ரெண்டு வாரமாகுது. நம்ம படிப்பு அப்டி. இன்னிக்கு எப்டி? அம்மையாரைச் சந்திக்க முடியுமா?"

"சாயங்காலம் பொழுதுபோக்கு அரங்கத்துல பார்க்கலாமே. டேபிள் டென்னிஸ் ஆடிக்கிட்டே பேசுவோம், வர்றியா?"

"வரேன்."

அவள் போனை வைத்துவிட்டு வாணியின் விடுதிக்குக் கிளம்பினாள். ஒரு படிப்பறை, ஒரு படுக்கையறை, சமையலறை, அழகான வரவேற்பறை என்று மிக நவீனமாகவும் வசதியாகவும் இருந்தது அவர்கள் விடுதி. கணவன் மனைவி இருவருக்குமே அங்கு கல்வி பயில அனுமதி கிடைத்திருந்தது, அவர்களது அறிவுக்கூர்மையைக் காட்டுவதாக இருந்தது. திருமணமாகி நான்கே மாதம்தான் ஆகியிருந்ததால் இளமைத் துள்ளலும், காதலும் அவர்களிடம் கொப்பளித்தது.

சாப்பாட்டு மேஜையில் உணவு வகைகளை எடுத்து வைத்தபடியே தங்களைப் பற்றிக் கூறினாள் வாணி.

"நான் பொறந்தது வளர்ந்தது எல்லாம் திருச்சியில்தான். அப்பா பேர் ரங்கநாதன், அம்மா சித்ரா. ரெண்டு பேரும் காதலிச்சுக் கல்யாணம் பண்ணிண்டவங்க. அம்மா ஐயர், அப்பா ஐயங்கார். அப்பாவோட அப்பா முதல்ல தையதக்கான்னு குதிச்சாராம். அதுக்கப்புறம் எப்டியோ சமாதானமாகிச் சம்மதிச்சாராம். நான் ரஞ்சித்தைச் சந்திச்சது சென்னைப் பல்கலை வளாகத்தில். என்னோட ஸ்கூட்டி திருட்டுப் போயிருந்தப்ப என்ன செய்யறதுன்னு தெரியாம விழிச்சுண்டிருந்தேன். எல்லாரும்

விசாரிச்சுட்டு அப்படியான்னு கேட்டுட்டுப் போய்ட்டாங்க. ரஞ்சித் மட்டும்தான் என்கூட வந்து போலீஸ்ல புகார் கொடுக்க உதவி செய்து, அதுக்கப்புறம் தன் வண்டில என்னைக் கூட்டிட்டுப் போய் ஹாஸ்டல்ல விட்டுட்டுப் போனான். வண்டி கிடைச்சுதான்னு தினமும் விசாரிப்பான். வண்டி கிடைக்கல. ஆனா அதைவிடப் பெரிய விஷயம் எனக்குக் கிடைச்சுது. இவனோட அன்பு, காதல். காதல் மலர எல்லாருக்கும் ஏதோ ஒரு காரணம். காதலிக்கப் போற ஆணையும் பெண்ணையும் கடவுள் ஏதாவது ஒரு சந்தர்ப்பத்துல சந்திக்கவைப்பான். அதுவரை அவங்க முன்னே பின்னே பார்த்துண்ருக்கக்கூட மாட்டாங்க. பெரியவங்க பார்த்தாலும் சரி, நாமளே ஒருத்தரைத் தேர்ந்தெடுத்தாலும் சரி, கடவுள் போடற முடிச்சுதான் ஜெயிக்கும். எங்க ரெண்டுபேருக்கும் கடவுள் முடிச்சுப் போட்டிருந்தான். ரெண்டுபேரோட லட்சியமும் இங்க வந்து உயர் படிப்பை முடிக்கணுங்கறதுதான். ரெண்டுபேர் வீடும் சம்மதிக்க எங்க கல்யாணம் முடிஞ்சு இன்னியோட சரியா நாலு மாசமாகுது. எங்க கடுமையான உழைப்பும் வீண் போகல. ரெண்டு பேருக்குமே இங்க படிக்க அனுமதி கிடைச்சது. உன் அறிமுகமும் தோழமையும் கூடவே கிடைச்சது. எங்க திருமண நாளான இன்னிக்கு உன்னைச் சாப்ட கூப்ட்ருக்கோம்.''

கன்னக்குழியோடு படபடவெனத் தங்களது முன்கதைச் சுருக்கத்தைச் சொல்லி முடித்த வாணியை ரசித்துப் பார்த்தாள் சஞ்சனா. துறுதுறுவென்று பள்ளிக்கூடப் பெண் மாதிரி இருந்தாள். ஒரு சிலருக்கு மட்டும் எத்தனை வயதானாலும் குழந்தைமுகம் போலவே கள்ளங்கபடின்றி நிர்மலமான முகம் அமைந்துவிடுகிறது. வாணியின் முகம் அப்படித்தான் இருந்தது. அதனால்தான் அறிமுகமான அடுத்த நிமிடமே மனசு அவளோடு ஒட்டிக் கொண்டது.

மூவரும் சேர்ந்தே உணவருந்தினார்கள்.

''நல்லா சாப்டு, சஞ்சனா. இது ஆரோக்கியச் சமையல். பச்சைக் காய்கறிகள், கோதுமை ரொட்டி, சாலட், கொஞ்சமா

சாதம். நிறையத் தண்ணி. இதுதான் எங்க சரிவிகித உணவு. விருந்துங்கிற பேர்ல உன்னோட ஆரோக்கியத்தைக் கெடுக்காம, எங்க விருப்பப்படியே சமைச்சிருக்கோம். உனக்கும் இது பிடிக்கும்னு நம்பறோம்.''

அவள் சொல்ல, சஞ்சனா விழி விரிய அவளைப் பார்த்தாள். அதிக எண்ணெயின்றி வெண்டைக்காயிலும், பீன்ஸிலுமாக இரண்டு பொரியல்; வேகவைத்த கொண்டைக் கடலை, வெள்ளரியும் ஊறவைத்த பச்சைப் பயறும் சேர்ந்த சாலட், புளி சேர்க்காத சாம்பார், கொள்ளு ரசம், சலிக்காத கோதுமையில் செய்த ரொட்டி, இவற்றோடு ஒரே ஒரு கோப்பை சாதம். உண்மையாகவே அவளுக்கு அந்த விருந்து மிகவும் பிடித்தது. அதைவிட விருந்தினர்களின் ஆரோக்கியமும் முக்கியம் என்கிற அவர்களது கொள்கை அதிகம் பிடித்தது. அரைவயிறு உணவு, கால்வயிறு நீர் என உணவு உண்டு எழுந்தபோது, விருந்துண்ட களைப்புக்கூட ஏற்படவில்லை. ரஞ்சித் இரண்டு துளிர் வெற்றிலையில் வாசனைச்சீவலும், லவங்கமும், கொஞ்சம் பனஞ்சர்க்கரையும் வைத்து மடித்துக்கொடுத்தான்.

''எப்டி சாப்டணும்னு உங்ககிட்ட கத்துக்கிட்டேன். சாப்பாட்டு விஷயத்துல எங்கம்மாவை நா ரொம்பப் படுத்துவேன். காய்கறி சேர்த்துக்க ரொம்ப அடம் பிடிப்பேன். குழந்தை மாதிரிக் கொறிச்சுட்டுப் போவேன். எங்கப்பாக்கு அதுதான் ரொம்பக் கவலை, என்னை இங்க அனுப்ப. அம்மாதான் பிடிவாதமா இருந்தாங்க. இவ தனியார்ந்தாதான் உருப்படுவா. செல்லம் கொடுத்துக் கெடுத்துவெச்சது போதும்னு விரட்டிவிட்டுட்டாங்க. படிப்புல ஆர்வம் இருந்த அளவுக்கு உணவுல எனக்கு ஆர்வமிருந்ததில்ல.''

''எங்க தாத்தா சொல்லுவார். உயர்ந்த எண்ணங்கள் உள்ளவன் உடலை ஆராதிப்பான். அதை ஒழுங்கா பராமரிப்பான்னு. ஏன் சஞ்சனா, உனக்கு யார் மேலயாவது காதல் உண்டா? இல்ல, அதுலயும் ஆர்வமில்லையா?''

வாணி கேட்டதும், சஞ்சனா ஒரு வினாடி தடுமாறினாள். சொல்வதா வேண்டாமா என்று யோசித்தாள். எதற்கும் வினீத்திடம் கலந்து பேசிவிட்டுத்தான் இதை மற்றவருக்குச் சொல்லவேண்டும் என்று தோன்ற, மெலிதாய்ப் புன்னகைத்தாள்.

"அப்டி ஏதாவது இருந்தா கண்டிப்பா உங்களுக்குச் சொல்லாமயா?"

"காதல் ஒரு நல்ல விஷயம், சஞ்சனா. அது நமக்குக் கொடுக்கற வலிமையும் இதமும் அளவிட முடியாதது. கூடிய சீக்கிரமே உனக்கொரு நல்ல காதலன் கிடைக்கணும்னு வாழ்த்தறேன்."

ரஞ்சித் சொல்ல, சஞ்சனா கைகூப்பிச் சற்றே குனிந்து அந்த வாழ்த்தை ஏற்பதுபோல் பாவனை செய்தாள். வாணி கலகலவெனச் சிரித்தாள்.

"இந்தப் படிப்பு முடிச்சதும், வேலையில் சேர்றதுக்கு முன்னாடி ஒரு முறை திருச்சிக்கு வா, சஞ்சனா. ஸ்ரீரங்கம், மலைக்கோட்டை, திருவானைக்கா, கொள்ளிடம் எல்லாம் பார்க்கலாம்."

"எங்கம்மாதான் சரியான சாமி பைத்தியம். வருஷத்துக்கு ரெண்டு முறையாவது எங்கயாவது கிளம்பிடுவாங்க. ஆனாலும் தென்னிந்தியா பக்கம் அதிகம் வந்ததில்ல. என்னைத் தனியா விட்டுட்டு ரொம்ப தூரமெல்லாம் போக முடியாதே... அதனால பக்கத்துல எங்கயாவதுதான் போவாங்க."

"அப்டின்னா கண்டிப்பா நீ பார்க்கவேண்டிய இடம்தான் திருச்சி. அம்மா அப்பாவையும் கூட்டிக்கிட்டு நீ நிச்சயம் எங்க வீட்டுக்கு வரணும்."

"வந்துட்டா போச்சு."

கிட்டத்தட்ட ஒரு மணிநேரம்போல் பேசிவிட்டு அவள் கிளம்பினாள்.

***

டெலிபோன் மீண்டும் ஒருமுறை அடிக்க ஆரம்பித்தது. வினீத் எடுத்தான். பாட்டிதான் பேசினாள்.

"என் செல்லப் பாட்டி, என்னைத் தூங்கவிடேன் கொஞ்சம்."

"ஏண்டா, நீ அங்கே படிக்கப் போனாயா? பொண்ணு பார்க்கப் போனயா?"

"இதைக் கேட்கவா என் தூக்கத்தைக் கெடுத்த?"

"நாங்கள்ளாம் இதுக்கு ஒத்துப்போம்னு நினைச்சயாக்கும்!"

"சரி. ஒத்துக்க வேண்டாம். என்ன செய்யப்போற?"

"உன்னைக் கட்டிவெச்சு உதைப்பேன்."

"அப்புறம்?"

"அந்தப் பொண்ணோட செல் நம்பர் குடு முதல்ல. உன்னைப்பத்தி ஒரு வண்டி புகார் இருக்கு. அத்தனையும் சொல்லிட்டுதான் மறுவேலை."

"என்ன புகார்? நா மூணு வயசுல படுக்கையில மூத்திரம் போன கதையைச் சொல்லப்போறயா? இல்ல. ஆறு வயசுல சாக்பீசால் சிகரெட் பிடிச்சது பற்றி சொல்லுவயா?"

"அதெல்லாம் உனக்கெதுக்கு? நீ நம்பரைக் கொடு. நா பேசிக்கிறேன்."

"படுத்தாதே, பாட்டி"

"நீ நம்பர் தராட்டி நா அங்க கிளம்பி வந்து இதைவிட அதிகமா படுத்துவேன்."

"அவ்ளோதானே? நா நம்பர் தரேன். பேசிக்கோ."

அவன் நம்பரைக் கொடுத்துவிட்டுப் போனை வைத்தவன், குப்புறப்படுத்துத் தூங்கிப் போனான்.

அதற்கடுத்து வந்த ஞாயிறன்று சஞ்சனா அவனது விடுதிக்கு வந்தாள். கணிப்பொறியில் ஏதோ ஒரு வலைத்தளத்தில்

குறிப்புகளைத் தேடிக் கொண்டிருந்தவன், அவளைப் பார்த்ததும் முகம் மலர எழுந்தான்.

"என்னாச்சு, சொல்லாம கொள்ளாம வந்து நிக்கற!" கேட்டபடி டீஷர்ட்டை எடுத்து மாட்டிக்கொண்டான்.

"என் மொபைலை அணைச்சு வெச்சுட்டேன். அறையிலிருக்கிற தொலைபேசியைக்கூடத் தொடர்பறுத்து வெச்சிருக்கேன்."

"என்னாச்சு?" அவன் வியப்புடன் கேட்டான்.

இரண்டு மூன்று நாட்களாகப் பேசக்கூட நேரமில்லாமல் ப்ராஜக்ட் வேலைகளில் மூழ்கியிருந்ததால், அவளுக்கு ஃபோன்கூடச் செய்யவில்லை.

"யாருன்னு தெரியலை, வினீத். அடிக்கடி எனக்கு ஃபோன் பண்றாங்க. எப்டி என் நம்பர் தெரிஞ்சுதுன்னு தெரியல. போனை எடுத்துப் பேசினா யாருன்னுகூடச் சொல்லாம முத்தம் கொடுக்கறான், ராஸ்கல். செல்லை அணைச்சா அறை ஃபோன் அலறுது. எனக்கு ரொம்ப எரிச்சலா வருது, வினீத்."

"யார் நம்பர்னு தெரியுமா?"

"நம்பர் இருக்கு. ஆனா யாருன்னு இனிமேதான் கண்டுபிடிக்கணும். அவனைச் சும்மாவிடக் கூடாது, வினீத்."

"எங்கே, உன் செல்போனைக் காட்டு."

வினீத் அவள் மொபைலை வாங்கி, பெறப்பட்ட எண்களைப் பார்த்தான். அந்த எண்ணைப் படித்ததும் நாக்கைக் கடித்தபடி அவளை ஏறிட்டுப் பார்த்துவிட்டு அசடுவழியச் சிரித்தான்.

"முத்தமா கொடுத்ததா சொன்ன?"

"ஆமா... ஹலோன்ன உடனே பச்சு பச்சுனு முத்தம் கொடுக்கறான், ராஸ்கல்."

"கொடுக்கறான் இல்ல, கொடுக்கறாள். ராஸ்கலின்னு சொல்லு."

“என்ன சொல்ற?” சஞ்சனா புருவம் சுருக்கிப் பார்த்தாள்.

“அந்த ராஸ்கலியோட பேசறயா?” அவன் தன் மொபைலில் அந்த எண்ணைப் போட்டுக் கொடுத்தான்.

“யாரதுன்னு சொல்லு” “நீ பேசு. புரியும்.”

அவள் மிக மெதுவாக, “ஹலோ...” என்றாள்.

“பயந்துட்டியா?” கரகரவென்று ஒரு குரல் கேட்டது.

“நீ. ங்... க...?”

“நா யாருன்னு கண்டுபிடியேன்.”

“தெரியலையே...”

“சொல்றேன். அதுக்கு முன்னாடி இதை வாங்கிக்க...” தொலைபேசியில் மீண்டும் முத்தச் சப்தம் கேட்க, சஞ்சனா முகம் சுழித்தபடி ஃபோனை அவனிடம் கொடுத்தாள்.

“யார் இந்தத் தொந்தரவு கேஸ், வினீத்?”

“ஷஷ்! கொஞ்சமானும் மரியாதை வேண்டாம்? பேசறது யார் தெரியுமா? உன் மாமியார்க்கு மாமியார்!”

சஞ்சனா வாய் பிளந்தாள். வினீத் பாட்டியோடு பேசினான்.

“நல்லகாலம் அவ என்கிட்ட வந்தா. போலீஸ்க்குப் போயிருந்தா இந்நேரம் நீயும் தாத்தாவும் போலீஸ் விசாரணையில் இருந்திருப்பீங்க. என் ஆளுக்கு முத்தமா குடுக்கற நீ? கவனிச்சுக்கிறேன் உன்னை!”

“ரொம்ப பயந்துட்டாளாடா?”

“நீயே கேளு.” அவன் போனைக் கொடுத்தான்.

“சாரி பாட்டி. நீங்கன்னு தெரியாம போச்சு.”

“சும்மா உன்கூட விளையாடினேன். எனக்கு உன்னைப் பார்க்கணும், சஞ்சனா. அடுத்தவாரம் நா வரேன்.”

"தாராளமா வாங்க."

"வரும்போது அவனோட சின்னவயசுப் புகைப்பட ஆல்பம் கொண்டு வரேன். ஜாலியா பாரு."

அவள் சிரித்தாள். அந்த ஆல்பத்தில் அவளுக்கு ஒரு பேரதிர்ச்சி காத்திருப்பது அப்போது தெரியவில்லை.

❋❋❋

அத்தியாயம்

4

அத்தியாவசியப் பொருட்கள் விற்பனை செய்யும் பல்பொருள் அங்காடி ஒன்று வளாகத்திற்குள் இருந்தது. அங்கிருந்து சில பொருட்கள் வாங்கிக் கொண்டு, நீச்சல் குளத்தின் வழியே சஞ்சனா நடந்து வந்தபோது, “ஹாய் சஞ்சனா!” என்று குளத்திற்குள்ளிருந்து குரல்வர, அவள் திரும்பினாள்.

நண்பர்களோடு ஜாலியாக நீந்திக் கொண்டிருந்த வினீத் இவளைப் பார்த்துக் கையசைத்தான். நீந்திவந்து கரையேறி அமர்ந்தான்.

“சாயங்காலம் வேலை ஏதாவது இருக்கா?”

“இல்ல. என்ன விஷயம்?”

“வந்து இவ்ளோ நாளாச்சு. ஊரைச் சுத்திப் பார்க்க வேண்டாமா? அஞ்சு மணிக்கு நா வரேன். தயாரா இரு. ஹைதராபாதை வலம் வருவோம். ஹுசைன் சாகர் ஏரிப் பக்கம் நிறையப் பூங்காக்கள் இருக்காம், காதலர்களுக்கு வசதியா. போய்ட்டுதான் வருவோமே...!” அவன் மீண்டும் குளத்தில் குதித்து நீந்த, அவள் தன் அறைக்கு வந்தாள். கணிப்பொறியில் கொஞ்சநேரம் அமர்ந்து பணியாற்றினாள்.

ஐந்து மணிக்குக் குளித்து உடைமாற்றித் தயாராகவும், வினீத்தும் வந்து சேர்ந்தான்.

வெள்ளை பைஜாமா குர்தாவில் மார்வாடிப் பையன் மாதிரிப் பளிச்சென்றிருந்தான்.

"உனக்கு நீச்சல் தெரியாதா, சஞ்சு?"

"தெரியாது."

"நா கற்றுத் தரவா?"

"தாராளமா... நமக்குக் கல்யாணமானப்பறம்தான்..."

அவன் சிரித்தான்.

"வழக்கமா ஆண்கள்தான் பெண்களை அழகா இருக்கன்னு சொல்லுவாங்க. ஒரு மாறுதலுக்கா நா சொல்றேன். இந்த உடையில் நீ ரொம்ப அழகார்க்க, வினீத்."

சஞ்சனா சொல்ல, வினீத் சற்றே தலைதாழ்த்தி நெஞ்சில் கைவைத்து அவளது பாராட்டுதலை ஏற்றுக் கொண்டான்.

பிரதான சாலைக்கு வந்து, ஆட்டோ ஒன்று பிடித்தார்கள்.

ஹைதராபாத் நகரின் அதிசயங்களில் ஒன்றான ஹுசைன் சாகர் ஏரி நீல நிறத்தில் மிக அழகாகப் பரந்து விரிந்திருந்தது. ஏரியில் மிதந்து கொண்டிருந்த படகுகளும், நடுவில் மிகப்பிரும்மாண்டமான புத்தர் சிலையும், ஏரியைச் சுற்றிலும் பசுமையான பூங்காக்களும், புல்வெளிகளும், மரங்களுமா்க ரம்யமாக இருந்தது.

"அடேயப்பா... எவ்ளோ அழகான ஏரி!" சஞ்சனா விழியகல வியந்தாள்.

"ஆசியாவிலேயே மனிதனால் உருவாக்கப்பட்ட மிகப்பெரிய ஏரி இதுதான். அந்தப் புத்தர் சிலை ஒரே கல்லால் ஆனது. பதினாறு மீட்டர் உயரம். அதோ அந்த வளைவுதான் நெக்லஸ் ரோடு. ஹைதராபாதையும், செகந்திராபாதையும் இணைக்கிற சாலை. ராத்திரிவேளையில் மின் விளக்குகள் பளிச்சிடறப்போ இந்த ஊருக்கு வைர நெக்லஸ் போட்டாப்போல, அவ்ளோ அழகா இருக்கும். என்.

டி.ஆர். நினைவிடம், புகழ் பெற்ற லும்பினி பூங்கா, இந்திரா பூங்கா, தலைமைச் செயலகம், எல்லாமே இந்த ஏரியைச் சுற்றி அமைக்கப்பட்டிருக்கு. அதோ தெரியுது பார்!. மலைமேல வெள்ளைக் கோபுரங்கள்; அதுதான் பிர்லா மந்திர்.''

‘‘நீ ஏற்கெனவே இங்க வந்திருக்கயா?''

‘‘ஐ.எஸ்.பி.ல இடம் கிடைச்சதும் நானும் தாத்தாவும் ஒருதரம் வந்தோம்.''

சஞ்சனா ஏரியை ரசித்துப் பார்த்தாள். இருவரும் பேசிக்கொண்டே நடை பாதையில் வேடிக்கை பார்த்தபடி நடந்தார்கள். காற்று உடலைத் தழுவியது. ஏரியைச் சுற்றி நிறையக் காதலர்கள் ஜோடி ஜோடியாய்ப் புல்வெளிகளிலும் இரும்பு அமர்வான்களிலும் உட்கார்ந்து பேசிக் கொண்டிருந்தார்கள்.

‘‘உங்க பாட்டி எப்பொ வராங்களாம்?''

‘‘நேத்துக்கூடப் பேசினாங்க. தாத்தாக்கு ஜலதோஷமாம். பாடா படுத்தறாராம். தொல்லை தாங்கலடா, வினீத். பத்துநாள் கழிச்சு நா வரேன்னாங்க.''

‘‘ரொம்ப ஜாலியான தாத்தா பாட்டி இல்ல, உனக்கு? எனக்குத் தாத்தா பாட்டி யாரும் கிடையாது. கூடப்பொறப்பும் கிடையாது. எல்லாமே எங்கப்பா, அம்மாதான். எல்லாப் பாசத்தையும் சேர்த்துக் கொடுக்கறவங்க அவங்கதான்.''

‘‘அதனால என்ன? இனிமே எங்க தாத்தா பாட்டிதான் உனக்கும் தாத்தா பாட்டி. படு ஜாலியானவங்க. போதும் போதும்னு திணர்ற அளவுக்கு அன்பைக் கொடுக்கறவங்க.''

‘‘உங்கப்பா அம்மாவுக்கு என்னைப் பிடிக்குமா, வினீத்?''

‘‘அவங்களுக்கு ஒரு சிரமமுமில்லாம லட்டு மாதிரி ஒரு பெண்ணை மருமகளா கொண்டுபோய் நிறுத்தினா, கசக்குமா என்ன?''

"எனக்கு ஆச்சர்யமாயிருக்கு, வினீத். இங்க வரவரைக்கும் நா நெனைச்சதுகூட இல்ல, இந்தக் காதல் கீதல்ங்கற நோயெல்லாம் எனக்கும் வரும்னு."

"இதை நோயின்னா நினைக்கிற நீ?"

"அப்டிதான் நா இதுக்குப் பேர் வெச்சிருந்தேன். எவ்ளோக்கு எவ்ளோ எல்லாரையும் கேலி செய்வேனோ, இப்ப நானே நோயாளியா நிக்கறேன்."

"அதுவும் உண்மைதான். தமிழ்ல அகநானூறுன்னு ஒரு இலக்கியம் இருக்கு. அதுல காதலை, பசலை நோய்னுதான் சொல்லியிருக்கு. தலைவன் ஊர்ல இல்லாதப்பொ தலைவி அவனை நினைச்சு ஏங்கி ஏங்கி அவள் உடல் மெலிந்து, இடையணி மேகலையும், கைவளைகளும், விரல் நெளிகளும் நழுவிவிடுமாம்."

"உண்மைதான், வினீத். உன்னைப் பிரிஞ்சா நா இளைச்சுதான் போய்டுவேன். எனக்கோ சமையல் தெரியாது. சமைச்சுப்போட நீயும் இல்லாட்டி என் உடம்பு என்னாகறது?"

"அடிப்பாவி..." அவன் அடிக்க வர, அவள் விலகி ஓடினாள். இருவரும் விழுந்து விழுந்து சிரித்தார்கள்.

அவனது மொபைல் மெல்லிசைத்தது.

"அட, பாட்டி....!" என்றபடி அதைக் காதில் வைத்தான்.

"எங்கடா இருக்க?"

"ஏன் பாட்டி? சமத்தா படிச்சுட்ருக்கேன். என்ன வேணும் உனக்கு?"

"சமத்தா படிக்கறதுன்னா உன் அகராதியில் ஏரிப்பக்கம் காதலியோட ஊர் சுத்தறதா?"

அவன் புரைக்கேறியவன் போல இருமினான்.

"உனக்கு ஞானக்கண் கிடைச்ச விஷயத்தை ஏன் பாட்டி எங்கிட்ட சொல்லலை?"

"காதலிச்சது போதும். உடனே உன் விடுதிக்கு வந்து சேர். நா இங்கு வந்து அரைமணியாச்சு."

"பத்து நாளாகும்ன?!"

"நா சொன்னா நம்பிடறதா?"

"தாத்தாவோட ஜலதோஷம்? தனியாவா விட்டுட்டு வந்த அவரை?"

"ராணி முகர்ஜிக்கு ஷூட்டிங் இல்லயாம். அவளை வரச்சொன்னேன். தாத்தாவைப் பத்திரமா பாத்துக்கறேன்னா.."

வினீத் சிரித்தான். "சரி, நா வரேன்," என்றவன், "போலாமா... சஞ்சனா? பாட்டி வந்தாச்சாம். இந்த வயசுக்கு விளையாட்டைப் பாரேன்..." என்றபடி ஆட்டோ ஒன்றை நிறுத்தினான்.

வரவேற்பறையின் சோபாவில் அமர்ந்திருந்த பாட்டியைத் தன் விடுதிக்கு அழைத்துச் செல்வதற்கு முன் சஞ்சனாவை அவளுக்கு அறிமுகப்படுத்தினான்.

"சூப்பர்டா வினீத். ரொம்ப அழகா இருக்கா. என் முத்தம் வீணாப் போகல."

பாட்டி சொல்ல, முகம் சிவந்தாள். இரண்டு நாள் அவர்களது விருந்தாளியாக இருந்த பாட்டி உண்மையிலேயே படு ஜாலியாகப் பழகினாள். அவளோடு இருந்தால் நேரம் போவதே தெரியவில்லை.

அவள் கிளம்பியபோது வருத்தமேற்பட்டது.

"இந்தா சஞ்சனா. இதுல இவனோட சின்ன வயசுலேர்ந்து இதுவரை எடுத்த புகைப்படங்கள் இருக்கு. நீ நிதானமா உன் கம்ப்யூட்டர்ல போட்டுப் பார்த்து ரசி..!" ஒரு குறுந்தகட்டைப் பாட்டி சஞ்சனாவிடம் கொடுத்தாள்.

"பாட்டி. நீ பாட்டுக்கு இப்படி கொடுக்கறியே. என்னல்லாம் கண்றாவி போட்டோ இருக்குமோ அதுல..?"

"ஒரு வயசுல ஜட்டியில்லாம எடுத்த போட்டோ உட்பட எல்லாம் இருக்கு."

"ச்சீய்...! சரியான துரோகி, பாட்டி நீ."

பாட்டி சிரித்தபடி விடைபெற, வினீத் அவளை ரயிலேற்றிவிடக் கிளம்பினான்.

அடுத்த ஒரு வாரத்திற்கு ஓய்வு ஒழிச்சலின்றி வகுப்புகள், நூலகத்தில் குறிப்பெடுத்தல், கலந்துரையாடல்கள் என்று பொழுது நகர்ந்தது. நடுவில் ஒருமுறை வினீத் கேட்டான்.

"ஏன் சஞ்சு, பாட்டிகொடுத்த சிடியைப் பார்த்தயா?"

"இல்ல, வினீத். நேரமே இல்லையே."

"ஓஹோ என் புகைப்படங்களைப் பார்க்கப் பிடிக்கலையா உனக்கு?"

"நா அப்டியா சொன்னேன்?"

"சரி, இன்னிக்குச் சாயங்காலம் நா உன் அறைக்கு வரேன். உன் கையால சூப்பரா ஒரு காப்பி போட்டுக் கொடு. நாம ரெண்டு பேரும் சேர்ந்தே புகைப்படங்களைப் பார்ப்போம். என்கூட இருப்பதெல்லாம் யார் யாருன்னு நானே விளக்கம் சொல்றேன். நானும் என்னைச் சின்ன வயசுல பார்த்து ரொம்ப வருஷமாச்சு. நீ என்ன வேணா விமர்சனம் பண்ணலாம். முழுச் சுதந்திரம் உண்டு. அப்புறம் உன்னோட குழந்தைப் பருவப் புகைப்படங்களும் எனக்கு வேணும்."

"அது எதுக்கு?"

"இந்தக் குழந்தையைக் காணவில்லைன்னு பேப்பர்ல விளம்பரம் கொடுக்கத்தான்."

"அதெல்லாம் தரமாட்டேன். எனக்கு நேரமாகுது. சாயங்காலம் பார்ப்போம்." அவள் வகுப்புக்குக் கிளம்பினாள்.

மாலை அவன் வந்ததும் கணிப்பொறியை இயக்கிவிட்டு, அவள் சமையல் மேடைக்கு வந்து காபி போட்டு எடுத்துக்

கொண்டு போனாள். பாட்டி கொடுத்த குறுந்தகட்டைக் கணிப்பொறியில் பொருத்திப் புகைப்படங்களைப் பெரிதாக்கினான்.

பிறந்து பத்தே நாளிலிருந்து அவனது ஒவ்வொரு அசைவையும் புகைப்படம் எடுத்திருந்தார்கள். துறுதுறுவென்று கொள்ளை அழகாயிருந்தான்.

"எப்படி... அழகார்க்கேனா?"

"குழந்தையில் ரொம்ப அழகார்க்க!"

"இப்போ நல்லாயில்லயா?"

"இப்போ ரொம்ப ரொம்ப அழகார்க்கே, போதுமா?"

"அதை இப்டியா சொல்றது?"

"ஏன், எப்படிச் சொல்லணும்?"

"எழுந்து என் பின்னால வந்து நின்னு லேசா என்னை அணைச்சுக்கிட்டு, இப்போ நீ ரொம்ப ரொம்ப அழகார்க்கடா வினீத்னு சொல்லி, முடிஞ்சா கன்னத்துல ஒரு முத்தம் போனஸா கொடுத்தா எவ்ளோ சந்தோஷப்படுவேன்!"

"ஆசைதான்."

"ஏய், உண்மையைச் சொல்லு. உன் மனசுல இப்டி ஒரு ஆசை இருக்கா, இல்லயா?"

சஞ்சனா ஒரு க்ஷணம் வியந்தாள். மனவியல் படித்தவனா இவன்? அவள் முகம் சற்றே சிவந்தது.

"சரி சரி, இதெல்லாம் யாரு, சொல்லு?" பேச்சை மாற்றினாள்.

"இது எங்கம்மா ரமணி. இது எங்கப்பா கிருஷ்ணன். கிருஷ்னு கூப்டுவாங்க. என் முதல் பிறந்தநாள் விழாவில் எடுத்த படம் இது. அம்மா இடுப்புல எவ்ளோ ஜம்முனு உக்காந்திருக்கேன் பாரு."

அவள் அடுத்த படத்தை மவுசால் கிளிக் செய்து பெரிதாக்கினாள்.

"நான் கேக் வெட்டறேன். எங்கம்மா அப்பா. இது அம்மாவோட கஸின்."

அடுத்த படம் மாறியது. அவன் ஒவ்வொன்றாய் விவரித்தான்.

ஒரு புகைப்படத்தைக் கண்டதும் ஒரு வினாடி அவள் முகம் திகைத்தது. ஒரு ஓரமாயிருந்த உருவத்தை உற்றுப் பார்த்தாள். பக்கவாட்டில் தெரிந்த அந்த முகம் அவளுக்குப் பரிச்சயமான முகமாய்த் தெரிந்தது. ஆனால் அந்த முகம் தெளிவாக இல்லை.

அடுத்த படத்தில் அந்த உருவம் இன்னும் தெளிவாய்த் தெரிய, சஞ்சனா அதிர்ந்தாள்.

"இது யாரு, வினீத்?"

"அம்மாவோட சிநேகிதர்கள்தான் எல்லாரும். ஒரு விஷயம் தெரியுமா? என் பிறந்தநாள் விழாவில் இன்னொரு நல்ல காரியமும் நடந்துச்சுன்னு அம்மா சொல்லுவாங்க. இதோ இந்த அங்கிளுக்கும்.அவர் பக்கத்துல நிக்கிறாங்களே இந்த ஆன்ட்டிக்கும் என் பிறந்தநாள் விழாவில் எங்க வீட்ல வெச்சு திடீர் கல்யாணம் நடந்துதாம். அழைப்பிதழ் கிடையாது. அய்யர் கிடையாது. அம்மி அருந்ததி எதுவும் கிடையாது. ஆறு வருஷமா ஆழமா காதலிச்சவங்க அன்னிக்கு மோதிரம் மாற்றித் திருமணம் செய்துக் கிட்டப்போ அத்தனை பேரும் சந்தோஷமா மனசார வாழ்த்தினாங்களாம் இந்தக் காதல் தம்பதிகளை. என் பிறந்த நாளன்னிக்கு ஒரு காதல் திருமணம் நடந்ததாலயோ என்னமோ, நானும் இன்னிக்கு ஒரு காதலனா மாறியிருக்கேன். ஆச்சர்யமா இருக்கு இல்ல?"

வினீத் பேசப்பேச, அவள் அந்தப் புகைப்படத்தையே அதிர்ச்சியோடு பார்த்துக் கொண்டிருந்தாள். அவள் இதயத்துடிப்பு அதிகரித்திருந்தது.

***

அத்தியாயம் 5

ஒருவரைப் போல் ஏழுபேர் உண்டென்பார்கள். ஆனால் அச்சடித்தாற்போல் அப்பாவைப் போலவே ஒருவன் இருப்பானா? அவளால் நம்ப முடியவில்லை. ஆனால் கண்கள் ஏமாற்றுமா? ஒருவேளை இரட்டைப் பிறவிகளா? அச்சு அசல் அப்பாவைப் போலவே இருந்தான் அந்த இளைஞன். இருபத்தைந்து வருடங்களுக்கு முன் அப்பா இப்படித்தான் இருந்திருக்கக் கூடும்.

அம்மாவும் அவருமாகத் திருமணம் செய்தபிறகு எடுக்கப்பட்ட புகைப்படங்களில் இருக்கும் அதே அப்பா. அதே சிரிப்பு, அதே கண்கள்!

எப்படி இது சாத்தியம்? ஒருவேளை அப்பாவின் அண்ணனாகவோ, தம்பியாகவோ இருப்பானா? உறவென்று யாருமே இல்லையென்றல்லவா அப்பா கூறியிருக்கிறார்..? தவிர அவர் தனது எந்த வயதிலும் அமெரிக்காவில் இருந்ததாகவும் தெரியவில்லை. அப்படியானால் இந்த இளைஞன் யார்? அவள் குழம்பினாள்.

“ஏய் சஞ்சு, என்ன யோசனை? இவங்கள மாதிரி நாம எப்பொ கல்யாணம் பண்ணிக்கப் போறோம்னுதானே? ஆனா நம்ம கல்யாணம் இப்படி திடுதிப்புனு நடக்காது. என் அப்பா அம்மா, உன் அப்பா அம்மா, எங்க பாட்டி தாத்தா

மற்றும் நமது நண்பர்கள் எல்லோரும் கூடியிருந்து வாழ்த்த அட்டகாசமா நா உன்னோட அழகான இந்தச்சங்குக் கழுத்துல தாலி கட்டுவேன்.''

''அதுக்கு இன்னும் நாள் இருக்கு. அதை விடு. உன் பிறந்தநாள்ல வெறும் புகைப்படங்கள்தான் எடுத்தாங்களா? வீடியோ எதுவும் எடுக்கலையா?''

''பின்னே? வீடியோவும்தான் எடுத்திருக்கு. அதைக் குடுக்கலையா பாட்டி?''

''எனக்கு அதையும் பார்க்கணுமே.''

''நாந்தான் நேர்லயே இருக்கேனே! என்னைப் பார்த்துக்கோயேன்.''

''எனக்கு அந்த வினீத்தைத்தான் ரொம்பப் பிடிச்சிருக்கு. பாட்டிகிட்ட சொல்லி விசிடியை அனுப்பச் சொல்றியா?''

''சொல்றேன்.''

அவன் கிளம்பினான். அந்த வீடியோவைப் பார்த்தால்தான் இன்னும் தெளிவாகத் தெரியும். எத்தனை முயன்றும் அவளால் இயல்பாக இருக்க முடியவில்லை. மீண்டும் மீண்டும் சிந்தனை அந்தப் புகைப்படத்திலேயே சுற்றி நின்றது. ஏதோ ஒரு பதட்டமும் அமைதியின்மையும் மனதை ஆட்கொண்டது. இரவு அப்பா ஃபோன் செய்தபோது வழக்கம்போல் பேச முடியவில்லை.

''என்னம்மா, உடம்பு சரியில்லையா?'' அப்பா பெரிதாய்ப் பதறினார்.

''இல்லப்பா, நிறைய வேலை. ரொம்ப சோர்வா இருக்கு.''

''வேற ஒண்ணும் இல்லையே? வேளா வேளைக்குச் சாப்பிடறயா? படிப்பு படிப்புன்னு சாப்டாம இருந்து உடம்பைக் கெடுத்துக்காதே.''

''சரிப்பா..''

"அம்மாகிட்ட பேசு". அவர் ஃபோனை அம்மாவிடம் கொடுத்தார்.

"என்னடி, உடம்புக்கென்ன? உங்கப்பா இவ்ளோ கவலைப்படறார்...?."

"ஒண்ணுல்லம்மா. வேலை அதிகம். அதுசரி, நா இல்லாம ரெண்டு பேரும் எப்படியிருக்கீங்க? தொந்தரவில்லாம காதலிக்கிறீங்களா?"

"உதைப்பேன்."

"ஏம்மா, அப்பாவை நீ முதன் முதல்ல எங்கே சந்திச்ச?"

"தெரியாத மாதிரிக் கேக்கிற? மும்பைலதான்."

"அப்பாவும் மும்பைல பிறந்து வளர்ந்தவரா? மும்பைலதான் படிச்சாரா?"

"திடீர்னு என்ன விசாரணை?"

"சொல்லேன்."

"அவர் அதிகம் படிக்கல."

"ஆனா அவ்ளோ ஸ்டைலா ஆங்கிலம் பேசறார்!"

"அது பழக்கத்துல வந்தது."

"அப்பாவோட கூடப்பிறந்தவங்கன்னு யாராவது இருக்காங்களாம்மா?"

"இன்னிக்கென்ன, அப்பாவைப் பத்தி இவ்ளோ கேட்டாறது..?"

"வினீத்தோட பாட்டி வந்திருந்தாங்கம்மா. அவங்க உங்களைப் பத்தியெல்லாம் கேட்டாங்க."

"நம்ம குடும்பப் பின்னணியைப் பத்தித் தெரிஞ்சுக்கறதுக்காகக் கேட்டுருப்பாங்க. இதோ பார், சஞ்சு. நீ பாட்டுக்கு சந்தோஷமா இரு. படி, காதலி. மிச்சத்தைப் பெரியவங்க நாங்க பேசிக்கறோம். சரியா?"

"நீங்க ரெண்டுபேரும் எப்பவாவது வெளிநாடு போயிருக்கீங்களாம்மா?"

"வட இந்தியாவைத்தான் சுத்திச் சுத்தி வந்திருக்கோம். இனிமேதான் வெளிநாடெல்லாம் போகணும்."

"வினீத்தோட தாத்தா பாட்டியைப் பார்க்கும்போது எனக்கொரு ஏக்கம் வருதும்மா. உனக்கோ அப்பாக்கோ ஒரு அம்மா அப்பா இருந்திருந்தா எனக்கும் நல்ல தாத்தா பாட்டி கிடைச்சிருப்பாங்க இல்ல... உனக்குச் சின்ன வயசுலயே அவங்க இறந்துட்டதாகவும் அண்ணன்தான் உன்னை வளர்த்ததாகவும் சொல்லுவ. அந்த அண்ணன் எப்டிம்மா இறந்தார்? அப்பாவோட அம்மா அப்பாவும் மும்பைலதான் இருந்தாங்களா? அவங்க பாட்டி கேட்டப்பொ எனக்கு எதுவுமே சரியா சொல்லத் தெரியலைம்மா."

பெண் கேட்க, மறுமுனையில் பவானி திகைத்தாள். தங்கள் இருவரது குடும்பப் பின்னணியைப் பற்றி அவள் சஞ்சனாவிடம் எதையும் கூறியதில்லை. தங்கள் இருவரது தாய், தந்தையும் எப்போதோ இறந்து விட்டார்கள் என்பதைத் தவிர, வேறெதுவும் கூறியதில்லை. உறவுகள் என்று யாரும் இல்லாத குறை அவளுக்குத் தெரியாதபடி அத்தனை பேரது அன்பையும் சேர்த்துக் கொடுத்துத்தான் அவளை வளர்த்தார்கள்.

"என்னம்மா, மௌனமாய்ட்ட?"

"ஒண்ணுல்ல. இதோ பார், சஞ்சு. இப்போதைக்கு எனக்கும் அப்பாக்கும் நீ ஒருத்திதான் உறவு. உனக்கு நாங்க. உன் கல்யாணத்துக்குப் பிறகுதான் நம்ம குடும்ப உறவுகள் அதிகரிக்கணும்."

"சாரிம்மா, நா உன் மனசை வருத்தப்படுத்திட்டேனா?"

"அதெல்லாம் இல்ல. நீ நல்லாப் படி, அதுபோதும்."

அவள் ஃபோனை வைத்தாள்.

***

"பாட்டிகிட்டேர்ந்து உன் பிறந்தநாள் வீடியோ வந்துச்சா?" தினமும் வினீத்தைக் கேட்டாள்.

"நாந்தான் கண்ணெதிரே குத்துக்கல்லாட்டம் நிக்கறேன் இல்ல...? என்னைப் பார்க்காம என் சின்னவயசு வீடியோவைப் பார்க்கணும்னு துடிக்கிறே..?."

"என் மனசுக்குப் பிடிச்சவனைக் குழந்தை வடிவத்துல பார்க்கற ஆர்வம்தான். சின்ன வயசுல நீ எப்டி சிரிச்ச, பார்த்த, நடந்த, ஓடினன்னு பார்க்கத்தான்."

"பாட்டி கும்பகோணம் போயிருக்கா, ஒரு உபநயனத்துக்காக. வந்ததும் அனுப்பச் சொல்றேன்."

அவளுக்கு ஏமாற்றமாக இருந்தது.

"என்ன சஞ்சனா... ஒரு மாதிரியிருக்க... ஏதாவது பிரச்சனையா?" வாணி பலமுறை கேட்டுவிட்டாள்.

"ஒண்ணுல்லயே."

"பொய்."

"இல்ல, வாணி."

"பொய்தான். என்கிட்ட சொல்ல வேண்டாம்னு நினைச்சிருந்தா நா கேக்க மாட்டேன். ஆனா ஒண்ணுமேயில்லன்னு மட்டும் காதுல பூ சுற்றாதே."

சஞ்சனா மௌனம் சாதித்தாள்.

"நட்புங்கறது சந்தோஷத்தை மட்டும் பகிர்ந்துக்கறது இல்ல, சஞ்சு. சங்கடங்களையும் பிரச்சனைகளையும் பகிர்ந்துக்கறதும்தான். உன் பிரச்சனைக்கு மருந்து ஒருவேளை என்கிட்டகூட இருக்கலாம். அப்புறம் உன் இஷ்டம்."

"பிரச்சனையெல்லாம் எதுவுமில்ல, வாணி. எனக்கே இன்னும் புரிபடல. அது பிரச்சனையான்னு. நிச்சயமா உன்னைவிட்டா நா வேற யார்கிட்ட சொல்லப்போறேன்?!"

அதற்குமேல் வாணி விசாரிக்கவில்லை. இரவு தூக்கம் வரமறுத்தது. எதற்கெடுத்தாலும் தெய்வத்தை அழைக்கும் ரகமல்ல அவள். அதையும் மீறி அவள் தெய்வத்தை மனதில் நிறுத்தி வேண்டினாள். அது அப்பாவாக இருக்கக்கூடாது என்று. சிலநேரம் தோன்றியது, தான் தேவையில்லாத விஷயத்திற்குக் கவலைப்படுகிறோம் என்று. அந்த மனிதன் யாரோவாகக் கூட இருக்கலாம். நிச்சயமாக அப்பாவாக இருக்க முடியாது.

அம்மாவிடம் அப்பா வைத்திருக்கும் அன்பு அளவு கடந்தது. வேறு ஒரு பெண் அவர் வாழ்வில் இருந்திருக்கவே முடியாது. அவருடைய அன்பு மாசற்றது என்பதில் அவளுக்குச் சந்தேகமே ஏற்படவில்லை. பிறகு ஏன் ஏதோ ஒரு புகைப்படத்தைப் பார்த்துவிட்டுக் குழம்ப வேண்டும்? அது யாராகவோ இருந்துவிட்டுப் போகட்டும். எதற்கு இல்லாத ஒரு பிரச்சனையை இழுத்து முதுகில் சுமந்து கொண்டு பாரமாய் உணர வேண்டும்?

அவள் தன்னையே சமாதானப்படுத்திக் கொண்டு சற்றே லேசாய் உணர்ந்தபோது மொபைல் இசைத்தது.

"வணக்கம். என்பேர் வினீத். என்னை நினைவிருக்கா?"

"சொல்லு, வினீத்"

"நாம காதல் வசனம் பேசி ரெண்டு நாளாச்சு."

"ரெண்டு நாளா ஒரே தலைவலி, வினீத்."

"சொல்லியிருந்தா நா வந்து பிடிச்சு விட்ருப்பேன் இல்ல."

"சொன்னதே போதும். தலைவலி போயே போச்சு"

“பாட்டி கும்பகோணத்துலேர்ந்து வந்தாச்சு. என் பிறந்தநாள் வீடியோ சிடியை கொரியர்ல அனுப்பியாச்சாம். நாளைக்கு வந்து சேர்ந்துடும்னாங்க.”

அவன் சொல்ல, ஒதுக்க நினைத்த அலைகள் மீண்டும் முழுவேகத்தில் சூழ்ந்துகொண்டன.

ஒரு நாள் ஒரு யுகமாய்த் தெரிந்தது அவளுக்கு. அடுத்தநாள் மாலை ஒருவழியாய்க் குறுந்தகட்டைக் கொடுத்துவிட்டுப் போனான் வினீத். அவன் சென்றதும் மின்னல் வேகத்தில் கணிப்பொறியை இயக்கி அதில் குறுந்தகட்டைப் பொருத்தினாள். மவுசைப் பிடித்து வீடியோ கோப்பைத் தேர்ந்தெடுத்து கிளிக் செய்யத் திரையில் காட்சிகள் ஓட ஆரம்பித்தன.

வினீத் குழந்தையாய் ஓடினான். பளீரெனச் சிரித்தான். தாயிடமிருந்து தந்தையிடம் தாவினான். ஏதேதோ குறும்புத்தனம் செய்தான். டேபிளுக்கடியில் தவழ்ந்து நுழைந்து திரும்பிப் பார்த்துச் சிரித்தான். விருந்தினர்கள் எல்லாம் சிரிப்பும் பேச்சுமாய் அவனை ரசித்தபடி அமர்ந்திருக்க, வினீத்தின் அம்மா அவனை இடுப்பில் தூக்கிச் சுமந்தபடி நடந்தாள். ஒரு ஓரமாய் அமர்ந்து யாரிடமோ பேசிக் கொண்டிருந்த ஒரு பெண்ணிடம் வந்தாள். கண்ணியமான அழகுடனிருந்த அந்தப் பெண்ணிடம் ஏதோ பேசினாள்.

அந்தப்பெண் சற்று தூரத்தில் வேறு யாரோ ஒரு ஆணுடன் பேசிக் கொண்டிருந்த இளைஞனிடம் சென்றாள். கேமராவுக்கு முதுகுகாட்டிக் கொண்டிருந்த அந்த இளைஞனைக் கைகோத்து அழைத்து வந்து வினீத்தின் தாயின் அருகில் நின்றாள். கேமராவில் இப்போது அந்த இளைஞனின் முகம் பளிச்செனப் புன்னகையோடு தெரிய, சஞ்சனா இமைக்க மறந்து சிலையாய் அமர்ந்திருந்தாள். சத்தியமாக அது அப்பாவேதான். வினீத்தின் பிறந்தநாள் விழாவில் அந்தப் பெண்ணும் அப்பாவும் மோதிரம் மாற்றித் திருமணம் செய்துகொண்டு ஒருவரை ஒருவர் அணைத்துக்

கொண்டு மென்மையாய் முத்தமிட்டுக் கொள்ள எல்லோரும் கைதட்டிவாழ்த்தி அவர்களுடன் கரம்குலுக்கிய காட்சிகளை அதிர்ச்சியோடு பார்த்தாள். மீண்டும் மீண்டும் ரீவைண்டு செய்து ஓடவிட்டுப் பார்த்தாள். அப்பாவின் முகத்தை மட்டும் பெரிதாக்கிப் பார்த்தாள். இருபத்துமூன்று வருடமாய் அவள் பார்த்து வளர்ந்த அதே முகம்தான்!. அதே கண்கள், அதே பல்வரிசை, அதே சிரிப்பு, அதே நடை, அதே பார்வை.! அப்படியானால்...

அப்பா ஏற்கெனவே திருமணம் ஆனவரா? அம்மாவுக்கு இது தெரியுமா? தெரியாதா? அந்தப் பெண் என்ன ஆனாள்? இருவருக்கும் ஒத்துவராமல் பிரிந்துவிட்டார்களா? அல்லது அந்தப் பெண்ணை ஏமாற்றி விட்டாரா, அப்பா?

அவரது முதல் திருமணம் தெரிந்துதான் அம்மா கழுத்தை நீட்டினாளா? அல்லது அது மூடிமறைக்கப்பட்டு அம்மாவும் ஏமாற்றப்பட்டிருக்கிறாளா? ஒருவேளை அந்தப்பெண் இறந்திருப்பாளோ? ஆனால் அப்படி ஒரு துக்கம் அப்பாவின் அடிமனதில்கூட இருப்பதாகத் தெரியவில்லையே... அம்மா ஒருத்திதான் அவரது வாழ்க்கையில் பிணைந்திருப்பவள் என்கிறாற்போல் அல்லவா இருவரும் இன்னமும் காதல் குறையாமல் வாழ்ந்து கொண்டிருக்கிறார்கள்...

சஞ்சனா குழம்பினாள். இந்த வீடியோவில் இருப்பது நிச்சயம் அப்பாதான். ஏற்கெனவே மணமான அதே அப்பாதான் இப்போது அம்மாவிடம் அன்பைப் பொழிகிறார். இரண்டும் நிஜம்தான் எனில், இரண்டாவது திருமணத்திற்கான அவசியம் எதனால் அப்பாவுக்கு ஏற்பட்டது? இதற்கான காரணம் தெரியாவிட்டால் அவளுக்கு மண்டை வெடித்துவிடும் போலிருந்தது.

***

அத்தியாயம் 6

எல்லா முகங்களும் சந்தோஷமாயிருந்தன. சந்தோஷம் என்பது வெறும் பவுடர் பூச்சா, அல்லது ஆத்மாவின் பளபளப்பா என்பது அவரவர் மனசு மட்டுமே அறிந்த ரகசியம். சஞ்சனா கண்ணில்பட்ட முகங்களையெல்லாம் ஒரு வினாடி உற்றுப் பார்த்தாள்.

இந்த மலர்ச்சியின் பின்னால் இந்த ஆணுக்கோ பெண்ணுக்கோ ஏதேனும் பிரச்சனை இருக்குமா? அப்பா அடிக்கடி சொல்வார், பிரச்சனை இல்லாத மனிதனே பூமியில் இருக்க முடியாதென்று. உள்ள பிரச்சனையை எண்ணிக் கலங்கும் ஒரு முகம், அதை மறைத்தபடி மேலே மலர்ச்சியைப் போர்த்திய நிஜமுகம். எல்லோருமே இப்படித்தான் பல முகங்களோடு அலைகிறார்களா?

அப்பாவுக்கு எத்தனை முகம்? அம்மாவை மட்டுமே நேசிக்கிறாற்போல ஒரு நிஜமுகம். அந்தப் பெண்ணை விருப்புடனோ வெறுப்புடனோ நினைக்கும் மற்றொரு முகம் அவருக்குள் இருப்பது அம்மாவுக்குத் தெரியுமா? ஒருவேளை அம்மாவுக்குத் தெரிந்திருக்குமோ? இருவரும் சேர்ந்துதான் அந்த விஷயத்தைப் பெண்ணுக்குத் தெரிய வேண்டாம் என்று மறைத்து விட்டார்களா? சரி, முதல் திருமணத்தைப் பற்றிச்சொல்ல வேண்டாம். ஆனால், தான் அமெரிக்க

மண்ணில் கொஞ்சகாலம் வாழ்ந்த விஷயத்தைக்கூட அல்லவா அப்பா மறந்தும் கூறியதில்லை...?

சஞ்சனா தவித்தாள். எவ்வளவு முயன்றும் இதைச் சாதாரண விஷயமாக நினைத்து ஒதுக்கித்தள்ள அவளால் முடியவில்லை. மிகப்பெரிய மர்மம் இதில் மறைந்திருப்பதாக உள்ளுணர்வு திரும்பத்திரும்பக் கூறிற்று. அது என்ன? எவ்வாறு அதை அறிவது? யாரிடம் கேட்பது? யாரிடம் கேட்டாலும் வெகுஜாக்கிரதையாகவே இந்த விஷயத்தைக் கையாள வேண்டும் என்று நினைத்தாள் அவள்.

மதிய உணவின்போது மிகச்சாதாரணமாகக் கேட்பது போல் வினீத்திடம் கேட்டாள்.

"உன் பிறந்த நாளன்னிக்கு மோதிரம் மாற்றிக் கல்யாணம் செய்துக்கிட்ட உன் அம்மாவோட அந்த நண்பர்களுக்கு நீ என்னிக்காவது கல்யாணநாள் வாழ்த்து அனுப்பியிருக்கியா, வினீத்?"

"அவங்க எங்க இருக்காங்களோ?"

"ஏன், உங்கம்மாவுக்குத் தெரிந்தவர்கள்தானே. அவங்ககிட்டே கேட்டு ஒரு வாழ்த்து அனுப்பணும்னு உனக்குத் தோணினதே இல்லையா? எவ்ளோ நல்ல விஷயம் அது!"

"கண்டிப்பா தோணினதில்ல. வேணும்னா இனி வரப்போற பிறந்தநாள்ள அம்மாகிட்ட கேட்டு அவங்களுக்கு ஒரு வாழ்த்துச் சொல்லிடுவோம். முடிஞ்சா அவங்களை நேர்ல கூப்பிட்டு ஒரு விருந்தே கொடுத்துட்டா போச்சு."

"உன் பிறந்தநாள் என்னிக்கு?"

"அதுக்கு இன்னும் ஆறுமாசமிருக்கு. அதுக்குள்ள இங்க நம்ம படிப்பு முடிஞ்சுடும்."

"முதல்ல உங்கம்மாகிட்ட கேட்டு அவங்க எங்க இருக்காங்கன்னு கேளு. நம்மை மாதிரிக் காதலர்கள்கிட்ட, அதுவும்

பிறந்தநாளன்னிக்கு கல்யாணம் செய்துக்கிட்டவங்ககிட்ட இல்ல நாம முதல்ல ஆசீர்வாதம் வாங்கிக்கணும்?. பிறந்தநாள்வரை காத்திருக்கணும்னு அவசியமில்ல. முடிஞ்சா நாம போய் அவங்களைச் சந்திச்சு இன்ப அதிர்ச்சி கொடுப்போம்.''

''ஏதேது. ரொம்பத்தான் ஆர்வம் காட்டற?''

''எல்லாம் ஒரு சந்தோஷம்தான்.''

''ராத்திரி அம்மா பேசுவாங்க. கண்டிப்பா கேக்கறேன்.'' வினீத் சொல்ல, அவள் புன்னகைத்தாள்.

அன்றிரவு எட்டரை மணிக்கு அம்மாவின் பெயர் மொபைல் திரையில் பளிச்சிட, வினீத் முகம் மலர, தொடர்பை அழுத்தினான்.

''சொல்லும்மா..''

''எப்டிடா இருக்கே''

''ரொம்ப நல்லார்க்கு இங்க. சந்தோஷமார்க்கேன்.''

''ஏன் சொல்ல மாட்டே? மனசுக்குப் பிடிச்சவ இருக்கிற இடம் பின்னே கசக்கவா செய்யும்?!''

அவன் சிரித்தான்.

''நீ அனுப்பியிருந்த புகைப்படம் பார்த்தேன். பொண்ணு ரொம்ப அழகா இருக்கா. அவ கண்ணு மூக்கெல்லாம் எனக்கு ஏற்கெனவே பரிச்சயமா தெரியறாப்போல ஒரு பிரமை. உனக்குப் பிடிச்சிருக்குன்னா நிச்சயம் நல்ல பொண்ணாதான் இருக்கணும். அம்மா அப்பா எல்லாம் இருக்காங்களா?''

''இருக்காங்க. மும்பைல துணி வியாபாரம். ரொம்ப நல்ல குடும்பங்கறதுல சந்தேகமில்ல.''

''கல்யாணத்துக்கப்புறம் ரெண்டுபேரும் இங்கேயே வந்துடுங்க. எங்களுக்கும் தனியா இருந்து போரடிக்குது.''

''பார்ப்போம். எனக்கென்னவோ இந்திய வாழ்க்கைதான் பிடிச்சிருக்கு.''

"இப்பதான் நீ பிறந்தாற்போல இருக்குடா, வினீத். வருஷம் எவ்ளோ வேகமா ஓடிடுத்து பார்த்தயா? முடிஞ்சா உன் பிறந்தநாளன்னிக்கு நாங்க அங்கே இருக்கற மாதிரி கிளம்பி வரோம்."

"பிறந்த நாள்னதும் ஞாபகம் வருதும்மா. என் முதல் பிறந்தநாளன்று உன் நண்பர்கள் ரெண்டுபேர் மோதிரம் மாற்றிக் கல்யாணம் செய்துக்கிட்டாங்க இல்லே?"

"ஆமா. பிரணவும், நிருபமாவும். அவங்களுக்கென்ன?"

"அவங்க இப்போ எங்க இருக்காங்கம்மா?"

"எதுக்குக் கேக்கற?"

"சொல்லேன். அவங்களையும் நா என் பிறந்தநாளுக்கு அழைக்க விரும்பறேன். அவங்க கல்யாண நாளையும் என் பிறந்த நாளையும் சேர்த்தே கொண்டாடிடுவோம்."

மறுமுனை ஒரு கணம் மௌனம் சாதித்தது.

"அவங்க வரமாட்டாங்க. விட்டுர்றா."

"ஏம்மா... நீ விலாசமோ, போன் நம்பரோ கொடு. நான் பேசிக்கிறேன்."

"அது ஒரு சோகக்கதைடா வினீத். இப்ப எதுக்கு அதைப்பத்திப் பேசணும். விடு."

"சொல்லும்மா... என்னாச்சு அவங்களுக்கு?"

"பிரணவ், நிருபமா ரெண்டுபேருமே எங்களுக்கு நெருங்கிய நண்பர்கள். ரெண்டுபேரும் ரொம்ப ரொம்ப நல்லவங்க. உயிருக்குயிரா காதலிச்சாங்க. பிரணவோட குடும்பத்தைத் திருமணத்துக்கு முன்னாலேயே தன் குடும்பமா நினைச்சவ நிருபமா. அவனோட குடும்பச் செலவைத் தானும் பகிர்ந்துக்கணும்னு நினைச்சவ. எங்கிட்டதான் அதுக்கு ஆலோசனை கேட்டா. ரெண்டுபேரும் கல்யாணம் செய்துக்கிட்டா தனித்தனிச் செலவு குறையுமேன்னு சொன்னேன். முதல்ல

தயங்கினாலும், அவங்களோட நன்மைக்காகச் சம்மதிச்சா. பிரணவோட தங்கைகளுக்குக் கல்யாணமானதும் தங்களோட திருமணத்தைப் பெத்தவங்ககிட்ட சொல்லி, அவங்க முன்னாடி இன்னொருமுறை கல்யாணம் செய்துப்போங்கற முடிவுல பிரணவைச் சம்மதிக்க வெச்சு உன் பிறந்தநாளன்னிக்கு ரெண்டு பேரும் மோதிரம் மாற்றி மனப்பூர்வமா கல்யாணம் செய்துக்கிட்டாங்க.. ஆனா…"

"ஆனா என்னம்மா?"

"கல்யாணமாகிப் பத்து நாள்ல தன் அப்பாக்கு உடம்பு சரியில்லைன்னு இந்தியாவுக்குக் கிளம்பிப்போன பிரணவ் என்ன ஆனான்னு தெரியல. அவனைத் தேடி இந்தியாவுக்குக் கிளம்பிப் போனா நிருபமா. அவன் வீட்டுக்கும் அவன் போய்ச் சேரல. அமெரிக்காவுக்கும் திரும்பி வரல. அவனுக்கு என்ன ஆச்சு. எங்க போய்ட்டான்னே தெரியல. நிருபமா அவனைத் தேடியலையாத இடம் பாக்கியில்லை. அவளும் இப்போ எங்க இருக்காள்னு தெரியல. அவளோட தொடர்பு கொள்ளவும் முடியல."

"அடப்பாவமே" வினீத் உண்மையான அதிர்ச்சியோடு வருத்தப்பட்டான்.

"ஒருவேளை அந்தப் பிரணவ் அந்தப் பெண்ணை ஏமாத்தியிருப்பானோ?"

"ச்சேச்சே.. எனக்கு அவனைப்பத்தி நல்லாத் தெரியும். ஏமாத்தற ஆளில்ல அவன். அஞ்சாறு வருஷம் விரல்நகம்கூடப் படாம கண்ணியமா காதலிச்சவன். நிருபமாவை ஏமாத்திட்டுப் போக வேண்டிய அவசியமும் அவனுக்கில்லை."

"ஒருவேளை இவங்க கல்யாணத்தை அவரோட குடும்பம் ஒத்துக்கலையோ என்னவோ..? அதான் பயந்துக்கிட்டு அவங்க வீட்டுக்கும் போகலையா?"

"அப்படின்னா திரும்பியில்ல வந்திருக்கணும்? தவிர அவங்க குடும்பம் நிருபமா மூலம் உண்மையைத் தெரிந்து

கொண்டபிறகு அதிர்ச்சியடைந்தாலும், அவளைத் தன் மருமகளாத்தான் அங்கீகரிச்சுது. ஆகமொத்தம் அவனைக் கண்டுபிடிக்க அவங்களாலயும் முடியல. நாங்ககூட இங்கேர்ந்தே பலவழிகளில் முயற்சி செய்தோம். பயனில்லை.''

ரமணி கிருஷ்ணன் பெருமூச்சு விட்டாள். வினீத் வருத்தத்தோடு ஃபோனை வைத்தான். அடுத்த நிமிடமே சஞ்சனாவோடு பேசினான். அம்மா சொன்ன விஷயங்களை அவளிடம் வருத்தத்தோடு சொன்னான்.

''முதமுதல்ல நாம ஒரு நல்ல காரியம் பண்ணலாம்னு பார்த்தா முடியலையே. மனசு கஷ்டமார்க்கு, சஞ்சு. ஏன் அந்த ஆள் இப்படிச் செய்துட்டார்? எங்கதான் போயிருப்பார்? தன்னை உயிருக்குயிராய் நேசிச்ச, தன்னையே நம்பிவந்த பெண்ணை விட்டுவிட்டுப் போக எப்டிதான் மனசு வந்துச்சோ? யாருக்குமே ஒரு தகவல்கூடச் சொல்லாம இருக்கணும்னா ஒண்ணு, அவர் ஏதாவது விபத்துல எதிர்பாராம இறந்துபோயிருக்கணும், அல்லது வேற ஒரு பெண்ணோட காதல் வயப்பட்டிருக்கணும். இது ரெண்டுல ஏதோ ஒண்ணுதான் நிச்சயம் நடந்திருக்கணும். நீ என்ன சொல்ற? ஆகமொத்தம் அந்த நிருபமாதான் பாவம்! ரொம்ப நல்லவங்களாம். அவங்களும் இப்ப எங்க இருக்காங்கன்னு தெரியலையாம்.''

சஞ்சனாவின் முகம் இறுகிப்போயிற்று. உதட்டை அழுந்தக்கடித்துத் தன் அதிர்ச்சியிலிருந்து விடுபட முயற்சித்தாள். இவ்வளவு மோசமானவரா அப்பா? கண்ணீர் பளபளத்தது அவள் கண்களில்.

''நா அப்புறம் பேசறேன்'' மெல்லிய குரலில் சொல்லிவிட்டுத் தொடர்பைத் துண்டித்தாள். இன்னமும் அவளால் நம்பமுடியவில்லை. அதேநேரம் அந்த வீடியோவில் இருப்பது அப்பாதான் என்பதிலும் அவளுக்கு எள்ளளவும் சந்தேகமில்லை. வினீத் சொன்னதுபோல் அவர்

இறந்துவிடவில்லை. ஆனால் இரண்டாவதாக ஒரு காதல் அம்மாவிடம் ஏற்பட்டிருக்கிறது. பவானியைச் சந்தித்தபிறகு நிருபமாவை உதறிவிட்டார்.

கடைசியில் அப்பாவும் ஒரு சராசரி ஆண்தானா? எவ்வளவு மரியாதை வைத்திருந்தாள் அவரிடம்? சடசடவென்று அந்த மரியாதைக் கோபுரம் மனசுக்குள் சரிந்துவிழுவதை அவள் உணர்ந்தாள். அப்பாவிடமிருந்து ஃபோன் வந்தபோது எடுக்கக்கூடப் பிடிக்கவில்லை. ஃபோனை வெறித்துப் பார்த்தபடி அமர்ந்திருந்தாள். அம்மாவும் அப்பாவும் மாற்றி மாற்றி முயற்சி செய்து ஓய்ந்துபோனார்கள். ஒருவேளை அவர்கள் கவலைப்பட்டு நேரிலேயே வந்துநின்றால்?... அப்பாவின் முகத்தைப் பழையபடி அன்போடு பார்க்கத் தன்னால் முடியுமா? இல்லை.. அவர்கள் இப்போது இங்கு வராமலிருப்பதுதான் நல்லது.

இப்படி நினைத்ததும் அவள் தானே அம்மாவோடு தொடர்புகொண்டு பேசினாள்.

“ஸாரிம்மா. நா வேலையார்ந்தேன். அதான் உடனே பேசமுடியல.”

“நல்லகாலம் நீ பண்ணின! உங்கப்பா பயங்கர டென்ஷனாகி உடனே அங்க வரதுக்கு ட்ராவல் ஏஜென்சில டிக்கெட் வாங்க முயற்சி செய்துட்டிருந்தார்.”

“வேண்டாம்னு சொல்லும்மா. நான்தான் பேசிட்டேன்ல? நா என்ன மூணாங்க்ளாஸா படிக்கறேன்? எம்.பி.ஏ.ம்மா! தூங்கக்கூட நேரமில்லாம கடுமையான படிப்பு இது. தினமும் பேசலைன்னா கவலைப்பட வேண்டாம்மா. வாரத்துக்கு ஒருதரம் நானே பேசறேன். சரியா...?”

“சரி சரி”

“அப்பா எங்கே?”

“கீழ எங்கயோ இறங்கிப்போனார். அவர் வந்ததும் பண்ணச் சொல்லவா? ரெண்டு வார்த்தை பேசிடேன். அப்பதான் நிம்மதியாத் தூங்குவார்.”

"பேசறேன். அப்புறம் நேத்து இங்க, ஆடிட்டோரியத்துல ஒரு பெங்காலி திரைப்படம் பார்த்தேம்மா. அந்தப் படம் என்னை ரொம்பப் பாதிச்சுது. ஒரு மனுஷனுக்கு இரண்டுமுறை காதல் வருமாம்மா?"

"அது அவனோட சமய சந்தர்ப்பத்தைப் பொறுத்தது. ஒரு காதல் கைகூடலைன்னா வாழ்நாள் முழுக்க அவன் சன்யாசியா இருக்கணும்னு விதியில்லையே..."

"அதில்லம்மா. ஒரு பெண்ணைக் காதலிச்சுக் கல்யாணமும் செய்துக்கிறான். அப்புறம் அவளைத் தவிக்கவிட்டுட்டு இன்னொரு பெண்ணைக் காதலிச்சுக் கல்யாணம் செய்துக்கிறான். ரெண்டாவது மனைவிக்கு உண்மையாவும் இருக்கான். இவன் நல்லவனா கெட்டவனான்னு புரியலையே."

"முதல் மனைவியை எதனால பிரியறான்?"

"ஏன் பிரிஞ்சான்னு அந்தப் பெண்ணுக்கே தெரியல. அவ அவனைத் தேடிட்ருக்கா. இவன் வேற ஒரு பெண்ணோட சந்தோஷமா குடும்பம் நடத்திட்ருக்கான்."

"நிறையப்பேர் இப்படி இருக்காங்க, சஞ்சு. எல்லாரும் உங்காப்பாவாட்டம் நல்லவரா இருப்பாங்களா என்ன? ஆகமொத்தம், பெண்ணே.. உன் கதி இதுதானான்னு வருத்தப்படத்தான் நம்மால முடியும்."

சஞ்சனா உள்ளுக்குள் சிரித்துக் கொண்டாள். அம்மாவை நினைத்துப் பரிதாபமாக இருந்தது..

"அப்பாவுக்கு யாருமே இல்லைன்னு தெரியும். அப்படின்னா அவர் யாரோட தயவுல படிச்சு வளர்ந்தார்ம்மா?"

"அதெல்லாம் நானும் அவர்கிட்ட கேட்டதில்ல. அவரும் சொன்னதில்ல."

"ஒருத்தரோட பூர்வீகம் தெரியாம அவரை முழுசா நம்பிக் காதலிக்கிறது சரியா, தப்பா?"

"பொதுவா தப்புதான். ஆனா என் விஷயத்துல உங்கப்பா ரொம்ப நல்லவரா இருந்தார். இன்னிவரை நாங்க சந்தோஷமா வாழ்ந்துட்ருக்கோம். ஒருநிமிஷம் இரு. உங்கப்பாவே வந்துட்டார். பேசிடு."

அம்மா ஃபோனை அப்பாவிடம் கொடுக்க, சஞ்சனா சற்றே தடுமாறினாள். திடீரென அப்பாவுக்கும் அவளுக்குமிடையே மிகப்பெரிய இடைவெளி ஏற்பட்டுவிட்டாற்போலிருந்தது.

"என்னம்மா இப்டி பயமுறுத்திட்டயே..."

"வேலையார்ந்தேம்ப்பா.."

"அம்மாட்ட என்ன கதையளந்துட்ருந்தே?" அப்பா கேட்க, அவள் ஒரு வினாடி யோசித்தாள். அவரை ஆழம் பார்த்தால் என்ன என்று தோன்றியது. அம்மாவிடம் சொன்ன விஷயங்களை அவரிடமும் ஒரு முறை சொல்லிவிட்டுக் கேட்டாள்.

"அந்த மனிதன் செய்தது சரியா, தப்பா?"

"மகா பாவம்மா அது. காதல்னா என்ன நினைச்சுட்ருக்கான் அவன்? மலருக்கு மலர் தாவறதையா? பெண்பாவம் பொல்லாததுன்னு சொல்லிக் கொடுத்து அவனை வளர்க்கலை போல்ருக்கு, அவங்கம்மா... உண்மையான காதல்னா அது ஒருமுறைதான் வரும். சரிவிடு. அது வெறும் சினிமாதானே...!"

சஞ்சனா முகம் சுருங்கினாள்.

எவ்வளவு சாமர்த்தியமாகப் பேசுகிறார்.! கொஞ்சம்கூடக் குற்றவுணர்வே இல்லையா அவருக்குள்?

❋❋❋

அத்தியாயம் 7

சஞ்சனா இதுவரை வாழ்க்கையில் எதற்கும் கஷ்டப்பட்டதில்லை. ஒவ்வொரு வினாடியும் தங்கத் தட்டில் வைத்துத் தாங்கிய தாய் தகப்பன். நினைத்ததெல்லாம் அவளுக்கு நடந்தது. கடவுள் அழகோடு அறிவையும் கொடுத்திருந்தான். அம்மா அப்பா நல்ல கல்வியையும் வசதியான வாழ்வையும் அளித்து வளர்த்திருந்தனர். படிக்க வந்த இடத்தில் அவள் மனதுக்குப்பிடித்தாற்போல் அருமையான காதலனும் கிடைத்திருக்கிறான்.

வாழ்க்கையே ஆனந்தமயமாய்த் தெரிந்த வினாடியில் யார் கண்பட்டதோ,ஒருபுகைப்படம்அவளுக்குள்பெரும்பூகம்பத்தையே ஏற்படுத்தியிருந்தது. வேரோடு அவளை அசைத்துப் பார்த்தது. மனதின் குழப்பம், முகத்தின் பொலிவைச் சற்றே குறைந்திருந்தது. அதுவும் செய்வதை எல்லாம் செய்துவிட்டுக் காதலைப்பற்றி வியாக்கியானம் செய்த அப்பாவின் குணம் அடிமனசில் கசப்பை ஏற்படுத்தியது. நிருபமா என்கிற அந்த அழகிய தேவதையின் முகம் அவள் கண்ணுக்குள் தோன்றி நிழலாடியது. அப்பாவால் கைவிடப்பட்ட அந்த தேவதை எங்கிருக்கிறது? என்ன செய்து கொண்டிருக்கிறது? என் கண்ணில் படுமா அது?

அவள் பெருமூச்சுவிட்டாள். அப்பா செய்த தவறுக்கு அவள் அந்த தேவதையிடம் மன்னிப்புக் கேட்க விரும்பினாள்.

ஆனால் எங்கே போய் அவளைத் தேடுவது? தேடலை எங்கிருந்து துவங்குவது? அப்பாவின் குடும்பம் நிருபமாவை ஏற்றுக்கொண்டதாகக் கூறினானே வினீத்... அவர்கள் எங்கிருக்கிறார்கள்? அப்படியே அவர்களைத் தேடிச்சென்று விசாரித்தாலும் சொல்வார்களா? நீ யார்? எதற்குக் கேட்கிறாய் என்று கேட்டால் என்ன சொல்வது?

நிருபமாவை ஏமாற்றிவிட்டுத் தலைமறைவாகிவிட்ட உங்கள் மகன் பெற்ற மகள் என்று சொன்னால் தாங்குவார்களா? காணாமல் போன பிள்ளையால் ஏற்பட்ட சோகத்தை அடிமனசில் புதைத்துக் கொண்டு இயல்பாக வாழ்ந்துகொண்டிருக்கும் அந்தக் குடும்பத்தில் மீண்டும் எதற்குச் சலனத்தை ஏற்படுத்தி அவர்களை மீளாத துயரத்தில் தள்ள வேண்டும்?

உண்மையைக் கூறாமல் நிருபமா பற்றி விசாரிக்க முடியாதா அவர்களிடம்? அதுதான் நல்லது. முதலில் அவர்கள் இருக்குமிடத்தை அறியவேண்டும். ஏன் அப்பா இப்படி ஒரு துரோகத்தைச் செய்துவிட்டார்? தனது குடும்பச்சுமையைச் சுமக்க முடியாமல் இப்படிச் செய்தாரா?

ஆனால் அமெரிக்க டாலரில் சம்பாதித்துக் கொண்டிருந்தவருக்கு இதென்ன பெரிய சுமை? இதற்காகவா தவறு செய்திருப்பார்? இருக்கவே இருக்காது. வேறு என்ன காரணம்? எப்படிக் குற்ற உணர்வே இல்லாமல் இன்னொரு பெண்ணோடு வாழ முடிகிறது அவரால்! நினைக்க நினைக்க அருவருப்பாக இருந்தது அவளுக்கு. அதேநேரம், தனக்கு யாருமே இல்லையென்று பொய் சொன்ன அப்பாவின் வழியில் தனக்கும் இரத்த உறவுகள் இருக்கின்றன என்கிற உண்மை அவளை நெகிழச் செய்தது. எப்படியாவது அந்த உறவுகளைச் சந்தித்துவிடவேண்டும் என்கிற துடிப்பு அதிகரித்தது. எப்படி?

எந்நேரமும் சிந்தித்தபடி இருந்தவளை நண்பர்கள் புருவம் சுருங்கப் பார்த்தார்கள்.

"என்னாச்சு சஞ்சு, உனக்கு?" வினீத் பலமுறை கேட்டுவிட்டான்.

"என்னமோ தெரியலை வினீத்... அந்த நிருபமா நினைவாகவே இருக்கு. உயிருக்கு உயிரா காதலிச்ச ஒருத்தனை விட்டுட்டுப் போக அவ காதலனுக்கு எப்டி மனசு வந்துது? நானும் இப்பொ காதலிக்கிறதுனாலயே இந்த விஷயம் என்னை ரொம்ப கஷ்டப்படுத்துது."

"அந்த மாதிரி நானும் உன்னை விட்டுட்டுப் போய்டுவேனோன்னு பயப்படறயா?"

"ச்சேச்சே...!"

"நீ இப்டி வருத்தப்படுவன்னு தெரிஞ்சிருந்தா உங்கிட்ட அதைச் சொல்லியே இருந்திருக்க மாட்டேன். அதை விடு. உன்னுடைய மெயிலை செக் பண்ணயா? அம்மா உனக்கு ஏதோ மெயில் அனுப்பினாங்களாம். நீ பதிலே அனுப்பலயாம். இப்பவே என்னை மதிக்கலையே! கல்யாணமாய்ட்டா அவ்ளோதான் போல்ருக்கேன்னு வருத்தப்பட்டாங்க..."

"அம்மா ஏன் பதில் அனுப்பலன்னுதான் கேட்ருப்பாங்க. நீ அதுகூட இஷ்டத்துக்கு ஏதேதோ சேர்த்துச் சொல்ற! இப்பவே எங்களுக்குள்ள கலகமூட்டலாம்னுதானே?" சஞ்சனா சிரித்தாள்.

"நிஜமாவே நா கவனிக்கல, வினீத். இன்னிக்கு ராத்திரி பதில் அனுப்பிடறேன்," என்றாள்.

சந்தோஷமாக வகுப்புகள் முடிந்து தன் அறைக்கு வந்ததும் முதல் வேலையாகக் கணிப்பொறியை இயக்கித் தன் மின்னஞ்சல் பெட்டியைத் திறந்தாள். 'அழகிய மருமகளே' என்ற பொருளில் வினீத்தின் தாயிடமிருந்து கடிதம் வந்திருந்தது.

"மிக அழகாக இருக்கிறாய், சஞ்சனா. என் மகன்மீது எனக்கு நம்பிக்கையிருக்கிறது. அந்த நம்பிக்கையை அவன்

உறுதி செய்திருக்கிறான். வாழ்க்கைத் துணையைத் தனக்குப் பொருத்தமாகத் தேர்வுசெய்து எங்களது பொறுப்புச் சுமையைக் குறைத்துவிட்டான். நீங்கள் இருவரும் விழியும் இமையுமாக வாழ எங்கள் ஆசிகள். இந்தியா வரும்போது சந்திக்கிறோம்.''

மிக அழகான ஆங்கிலத்திலிருந்த கடிதத்தைப் பலமுறை வாசித்து, சந்தோஷப்பட்டாள். பதில் எழுதும்போது மறுநாள் ஒரு குறிப்பிட்ட நேரத்தில் இணையதளத்தில் சாட் செய்வதற்கு அழைப்பு விடுத்தாள்.

''இப்போதே நான் ஆன்லைனில்தான் இருக்கிறேன்.'' என்று உடனடியாக ரமணி கிருஷ்ணன் பதில் அனுப்ப, சந்தோஷமாக வார்த்தைகளைத் தட்டச்சு செய்து அவளோடு உரையாடத் தயாரானாள்.

சாதாரணமாக ஆரம்பித்த அரட்டையில் மெல்ல நிருபமாவைப் பற்றிக் கேட்டாள்.

''எவ்வளவு அழகான பெண்! ஏன் கடவுள் அவளை வஞ்சித்து விட்டான்?''

''என்ன செய்ய? நாங்கள் வருந்தி வருந்திக் களைத்துவிட்டோம்.''

''தற்போது தொடர்பே இல்லையா?''

''இல்லை. ஆனால் எங்கள் திருமண தினத்திற்கு மட்டும் சிறிது காலத்திற்கு அவளிடமிருந்து வாழ்த்து அட்டை வந்துகொண்டிருந்தது. பிறகு அதுவும் நின்று விட்டது.''

''அவளது புகுந்த வீட்டினர் எங்கிருக்கிறார்கள்? அவர்களோடு ஒருவேளை இருக்கலாம் அல்லவா?''

''ஸ்ரீரங்கத்தில். ஆனால் அவர்களோடு அவள் இல்லை.''

''அவளது காதலன் அவ்வளவு மோசமானவனா? உங்களுக்கெல்லாம் அவன் எப்படி நண்பனாக இருந்தான்?''

“கண்டிப்பாக அவன் மோசமானவன் இல்லை, சஞ்சனா. அவர்களது ஆறு வருடக் காதலின் ஆழம் எனக்குத் தெரியும்.”

“பின் ஏன்?”

“அதுதான் இன்றுவரை விடுபடாத மர்மம். ஏதேது? விட்டால் அவர்களைத் தேடிப் பிடித்துச் சேர்த்து வைத்துவிட்டுத்தான் மறுகாரியம் பார்ப்பாய் போலிருக்கிறது!”

“நிஜமாகவே அவர்களுக்காக என் மனது மிகவும் வருந்துகிறது ஆன்ட்டி”.

“என்ன செய்வது? விதியை மாற்ற யாரால் இயலும்? நீ ஓய்வெடு. அடுத்த வாரம் அரட்டையைத் தொடர்வோம்.”

சஞ்சனா கணிப்பொறியை அணைத்துவிட்டுப் படுத்தாள். விதியை மாற்ற முடியாதா? ஏன் முடியாது? நிருபமாவை மட்டும் கண்டுபிடித்துவிட்டால் அப்பாவை அவள் முன்னால் கொண்டுபோய் நிறுத்த என்னால் முடியாதா? அதனால் என்ன பயன்? அப்பா தன் தவறுக்குப் பரிகாரமாக அவளை ஏற்க முன்வந்தாலும், காலம் கடந்து கிடைக்கும் வாழ்க்கையால் அவளுக்குப் பயனிருக்குமா? தவிர, அம்மா அதற்குச் சம்மதிப்பாளா? அணைந்த நெருப்பைக் கிளறி எரியவைக்கப்போய், சந்தோஷமாக இருக்கும் தாய் தந்தையின் தாம்பத்திய வாழ்விலும் விரிசல் ஏற்பட்டுவிட்டால்?”

அவள் குழம்பினாள். மிகமிகக் கவனமாகக் கையாள வேண்டிய விஷயம் இது என்பதை உணர்ந்தாள். யாருக்கும் மனவருத்தமின்றி, தன்னால் இதில் என்ன செய்யமுடியும் என்று யோசித்தாள். சேர்த்துவைக்க முடிகிறதோ இல்லையோ, குறைந்தபட்சம் நிருபமாவைக் கண்டுபிடித்து அப்பாவின் சார்பில் மன்னிப்பாவது கேட்கவில்லை என்றால் தன்னால் நிம்மதியாக இருக்கமுடியும் என்று தோன்றவில்லை அவளுக்கு. நல்லகாலம், ஸ்ரீரங்கம்தான் அப்பாவின் சொந்த ஊர் என்பது

ஒருவழியாய்த் தெரிந்துவிட்டது. ஆனால் அது எங்கிருக்கிறது என்றுகூடத் தெரியாது. தென்னிந்தியா பக்கம் வரும் வாய்ப்பு இதுவரை கிடைத்ததில்லை. அதுகூட எப்படியாவது கேட்டறிந்து சென்றுவிடலாம்! ஆனால் அந்த ஊரில் அவர்களை எப்படிக் கண்டுபிடிப்பது? எப்போது செல்வது? படிப்பு முடிந்த பிறகு ஏதாவது பொய் சொல்லித்தான் செல்ல வேண்டும்.

அவள் கண்ணை மூடிக்கொண்டாள். நிருபமாவைச் சந்திப்பது போலவும், பேசுவது போலவும் கற்பனை செய்தபடியே தூங்கிப் போனாள்.

***

கடைசி சப்பாத்தியை வாட்டி எடுத்துவிட்டு அடுப்பை அணைத்தாள் பவானி. வீடு அமைதியாயிருந்தது. சஞ்சனா ஹைதராபாத் சென்றதிலிருந்து இப்படித்தான் இருக்கிறது. அவள் இருந்தால் கிண்டலும் கேலியும் பேச்சும் சிரிப்பும் பாட்டுமாகத்தான் இருக்கும்.

காலைநேரம் எப்படியோ, இரவு மட்டும் எந்நேரமானாலும் மூன்று பேரும் சேர்ந்துதான் சாப்பிடுவார்கள். பெண் இல்லாமல் ரிஷிதான் மிகவும் சிரமப்பட்டார். பெற்றெடுத்த தன்னைவிட அவர் சஞ்சனாவிடம் அதிக அன்பாயிருப்பதைக் கண்டு ஒருபுறம் பெருமை ஏற்பட்டாலும், திருமணமாகிச் செல்லவிருக்கும் மகளிடம் இப்படிக் கண்மூடித்தனமாய் அன்பு செலுத்துவது நல்லதா என்ற கவலையும் ஏற்படாமல் இல்லை.

தினமும் அவள் பேசினால்தான் இரவு உணவு சாப்பிடுகிறார். ஒருநாள் பேசாவிட்டாலும் என்னவோ ஏதோவென்று பதறுகிறார். இன்றும் அப்படித்தான். சஞ்சனாவின் அழைப்புக்காகத் தொலைபேசியின் அருகிலேயே காத்திருக்கிறார். அவளுக்கு பாவம், அங்கு எவ்வளவு வேலையோ? மொபைல் எண்ணுக்கு அழைத்தாலும், அது அணைத்து வைக்கப்பட்டிருப்பதாக

அறிவிப்பு வந்தது. அறை எண்ணும் கிடைக்கவில்லை. சரி, ஏதோ வேலையாக இருக்கிறாள் போலும் என்று விடாமல் தொலைபேசிக்கருகிலேயே அமர்ந்துவிட்ட புருஷனைப் பார்த்துச் சிரிப்புதான் வந்தது அவளுக்கு. அவரது மனநிலையை மாற்றும் விதமாக ஒரு இனிய பழைய பாடலைப் போட்டுவிட்டு வந்து அவனருகில் அமர்ந்தாள்.

''வர வர நீங்க என்னை கவனிக்கிறதேயில்லை, ரிஷி. எல்லா அன்பையும் சஞ்சனாக்கே கொடுக்கறீங்க... எப்பப்பாரு, பெண்ணைப் பத்தின நினைப்புதான்.''

ரிஷி புன்னகைத்தார். 'பொறாமையைப் பாரேன்' என்றார்.

''பின்னே? எனக்கு போரடிக்குது. அவளும் இல்ல. நீங்களும் ரொம்ப பேசறதில்ல. இந்த அமைதி எனக்கு அலுத்துப்போச்சு. உங்ககிட்ட செல்லமா கோபிச்சுக்கிட்டுப் போய்க் கொஞ்சநாள் இருந்துவிட்டு வர பொறந்தவீடும் இல்லை எனக்கு.''

''நா என்ன செய்யணும் சொல்லு?'' சிரித்தபடி கேட்டார்.

''பெண்ணைக் கொஞ்சநாழி மறந்துட்டு என்கூடப் பேசுங்க. முந்தியெல்லாம் எவ்ளோ விஷயங்கள் பேசுவீங்க!''

''சரி, வா. சாப்டுக்கிட்டே பேசலாம்.'' ரிஷி அவளையும் அழைத்துக் கொண்டு சாப்பாட்டு மேஜைக்கு வந்தார். தானே இருவருக்கும் தட்டு வைத்துச் சப்பாத்தியை எடுத்துவைத்தார்.''

கொஞ்சநேரம் தங்களது வியாபாரம் தொடர்பான விஷயங்களைப் பற்றிப் பேசிய ரிஷி தொலைபேசி அடித்ததும் அவசரமாய் எழுந்து ஓடினார். எடுத்துப் பேசியதும் அவர் முகம் சற்றே வாடியது. சஞ்சனாதான் என நினைத்தவருக்கு ஏமாற்றம். வேறு யாரோ ஒரு வியாபார நண்பர்.

நண்பரோடு பேசிவிட்டு வந்தவர் முகத்தில் வாட்டம் படர்ந்திருந்தது. இப்படி அவர் வாடி, பவானி பார்த்ததில்லை. என்னதான் வேலையாக இருந்தாலும் இந்தப் பெண்ணுக்கு ஒரு

இரண்டு நிமிடம் கூடவா நேரம் கிடைக்காது? செல்லையே அணைத்து வைக்கும் அளவுக்கு என்ன வேலையோ?

ஒரு சப்பாத்தியோடு உணவை முடித்துக் கொண்ட புருஷனைக் கவலையுடன் பார்த்தாள் அவள். அதற்குமேல் அவளுக்கும் உணவு இறங்கவில்லை. மேஜையைச் சுத்தம் செய்துவிட்டு அவரிடம் வந்தாள்.

"பாசம் இருக்க வேண்டியதுதான், ரிஷி. ஆனா அது நம்மைத் துக்கப்படுத்தாம பார்த்துக்கணும். சஞ்சனாவுக்கு நம்ம மேல பாசமில்லையா? ஆனா அவ படிப்பு அப்டி. பேச நேரம் கிடைக்காததால் அவ துக்கப்பட்டுக்கிட்டு இருக்காளா என்ன? பாசம் காட்டறோம்னு அவளுக்கு ஒரு குற்ற உணர்வை ஏற்படுத்திடாம இருக்கணும். என்னிக்கு இருந்தாலும் கல்யாணமாகிப் போகப் போறவ. எதிர்காலத்துல அவளோட குடும்ப பாரம் காரணமாக அவளால மாசக்கணக்குலகூட நம்மகிட்ட பேச முடியாமப் போகலாம். பேசாட்டா பாசமிருக்காதா? நம்மை மறந்துட்டதா அர்த்தமா? பக்குவப்பட்ட நீங்களே இப்டி குழந்தை மாதிரி நடந்துக்கலாமா?"

மிகுந்த பரிவோடு கேட்டாள் அவள். அவரது கண்கள் கலங்கி நிறைவதைக் கண்டதும் சட்டெனப் பதறினாள்.

"என்னாச்சு ரிஷி...? சரி, எதுவும் சொல்ல வேண்டாம். எனக்குப் புரியுது. நாளைக்கே நாம ஹைதராபாத் போறோம். சஞ்சனாவைப் பார்த்துட்டு வரோம், சரியா?"

"நாம போறது அவளுக்கு இடைஞ்சலாய்ட்டா?"

"அதெல்லாம் ஒண்ணும் ஆகாது. போறோம். பாக்கறோம். ராத்திரி அவளோட விருந்தாளியாத் தங்கிட்டு காலேல கிளம்பி வந்துடப் போறோம்."

ரிஷி குழந்தை மாதிரிச் சிரித்தார்.

"என் உலகம் நீயும் சஞ்சுவும்தான், பவானி. இந்த உலகத்துல எனக்குன்னு வேற யாரும் கிடையாது. உங்க அன்பு, பாசம்,

பேச்சு இதெல்லாம்தான் எனக்கு சக்தி. இதுல எது ஒண்ணு குறைஞ்சாலும் நா தளர்ந்து போய்டுவேன்.''

"இப்ப எது குறைஞ்சு போச்சு?'' பவானி சிரித்தாள்.

பத்தே நிமிடத்தில் விமானப் பயணச் சீட்டிற்கு ஏற்பாடு செய்தாள்.

அடுத்தநாள் அவர்கள் ஹைதராபாத் கிளம்பினார்கள். பெண்ணுக்கு இனிய அதிர்ச்சி அளிக்க வேண்டும் என்கிற ஆர்வத்தில் அவளுக்குத் தகவல்கூடக் கொடுக்கவில்லை.

***

மிகப்பெரிய நூலகத்தில் அமர்ந்து தனது லேப்டாப்பில், புத்தகங்களிலிருந்து எடுக்கப்பட்ட குறிப்புகளைப் பதிவு செய்து கொண்டிருந்த சஞ்சனாவின் அருகில் வந்து அமர்ந்தான் வினீத்.

"மொபைலை அணைச்சுட்டு ஓடி ஒளிஞ்சா கண்டுபிடிக்க முடியாதுன்னு நினைச்சயா?''

"நாளைக்கு இந்த அஸைன்மென்ட்டைக் கொடுத்தே ஆகணும், வினீத். மும்பைலேர்ந்து என் சிநேகிதிகள் யாராவது மாத்தி மாத்திக் கூப்பிடறாங்களா, வேலை ஆகமாட்டேங்குது. அதான் அணைச்சு வெச்சுட்டேன்.''

"அதுக்காக அதே மும்பைல இருக்கற அப்பா அம்மா உங்கிட்ட பேசணும்னா என்ன செய்வாங்க? ஒண்ணு நீயாவது பேசணும். இல்ல, ஏதாவது ஒரு தொடர்பு அவங்க பேசற மாதிரி இருக்கணும். அறையில் இருக்கிற ஃபோனைக்கூடத் துண்டிச்சு வைத்தால் எப்டி? பாவம், உங்கப்பா, அம்மா, என்னவோ ஏதோன்னு பதறி அடிச்சுக்கிட்டு வந்திருக்காங்க.''

சஞ்சனா திகைப்புடன் அவனைப் பார்த்தாள்.

***

அத்தியாயம் 8

"என்ன திகைச்சுப் போய்ட்ட? உன்னைக் கண்டுபிடிக்க முடியாம என் பேரைச் சொல்லி விசாரிச்சுக்கிட்டு என் அறைக்கு வந்தாங்க. முதல்ல அவங்களைச் சாப்ட கூட்டிட்டுப் போனேன். உன்னைத் தேடிப்பிடிச்சு அழைச்சுக்கிட்டு வரேன்னு சொல்லி என் அறையில் தங்க வெச்சிருக்கேன்."

சஞ்சனா லேப்டாப்பை மூடிவிட்டு எழுந்து அவனோடு நடந்தாள்.

வினீத்திற்கு அப்பாவை அடையாளம் தெரியவில்லையா? அல்லது புகைப்படத்தில் பார்த்த அப்பாவின் உருவம் அவ்வளவு அழுத்தமாக அவன் மனதில் பதியாததால் அந்த இளைஞன்தான் இவர் என்று கண்டுணர முடியவில்லையா? அவனுக்குத் தெரியாதவரை ஆறுதல்தான்.

ஆனால் என்றேனும் ஒருநாள் இது தெரியவரும்போது அவனது பிரதிபலிப்பு எப்படி இருக்கும்? ஒரு பெண்ணை ஏமாற்றிச் சென்றவரின் மகளா நீ... என்று வெறுப்புடன் பார்ப்பானா? மிக நல்ல குடும்பம் என்கிற தரம் அப்பாவின் இந்தச் செயலால் களங்கப்பட்டுவிட்டதாகத் தோன்றியது அவளுக்கு.

அம்மாவைக் கண்டதும் சிரிப்புடன் அணைத்துக் கொண்டாள். அப்பா பரிவோடு அவள் முதுகைத் தடவிக் கொடுத்தார்.

"திடீர்னு என்னம்மா?"

"ஒரு வாரமா நீ பேசலயா..., உங்கப்பா முகத்தைப் பார்க்கச் சகிக்கல. அதான் கிளம்பி வந்துட்டோம்."

"ஒரு முக்கிய அஸைன்மெண்ட்ல மூழ்கிப் போய்ட்டேம்பா. அதான் பேச முடியலை. சரி, வாங்க. என் அறைக்குப் போகலாம். நா வரேன், வினீத். சாயங்காலம் பார்ப்போம்." அவள் அப்பா அம்மாவை அழைத்துக் கொண்டு தன் விடுதிக்குக் கிளம்பினாள்.

"ஒரு நிமிஷம்". வினீத் அவர்கள் மூவரையும் தனது செல் கேமராவில் புகைப்படம் எடுத்துக்கொண்டான். சஞ்சனாவின் முகம் சற்றே மாறியது.

நடந்து வரும்போதே அப்பாவிடம் அவள் வருத்தப்பட்டாள்.

"நாந்தான் 'நா பேசாட்டி கவலைப்படவேண்டாம். படிப்பு வேலை அதிகம். முடியும்போது நானே பேசறேன்'னு சொன்னேனே. எதுக்குப்பா இப்டி ஓடி வந்தீங்க? தேவையில்லாத அலைச்சல்தானே இது?"

"நா வேண்டாம்னுதான் சொன்னேன், சஞ்சு. உங்கம்மாதான்...."

"ப்ளீஸ்ப்பா... உங்க பாசம் சிலநேரம் என்னை மூச்சுத்திணற வைக்குது. நா ஏதோ தப்புப்பண்ணிட்ட மாதிரிக் குறுகுறுப்பை ஏற்படுத்துது. நாளைக்கே எனக்கு ஏதாவது வெளிநாட்டுல வேலை கிடைச்சா நா போகத்தானே வேணும்? இன்றைய வாழ்க்கை முறையில் பிரிவுங்கறது தவிர்க்க முடியாததுப்பா. அதை இயல்பா ஏற்றுக்கத்தான் வேணும். உங்களுக்குத் தெரியாதா?"

"போதும் விடு, சஞ்சு. அவர் தவிப்பைப் பார்க்க முடியாம நாந்தான் கூட்டிட்டு வந்தேன். வந்தது ஒரு விதத்துல நல்லதாப் போச்சு. வினீத்தைப் பார்க்க முடிஞ்சுது. எவ்ளோ ஸ்மார்ட்டா இருக்கான்! ஆமா, சஞ்சு. எங்க கவலை பாதி

குறைஞ்சுட்டாப்போல இருக்கு. ரொம்ப கண்ணியமானவனா இருக்கான். நீ கொடுத்து வெச்சிருக்கணும்னு தோணுது. அவங்க அம்மா அப்பா கூடிய விரைவில் இந்தியாவுக்கு வருவாங்களாம். கல்யாண விஷயங்களை அப்போ பேசிடலாம்னு சொன்னான்.''

அப்பா சொல்லச்சொல்ல சஞ்சனாவின் முகம் மாறியது. வினீத்தின் பெற்றோர் அப்பாவை அடையாளம் கண்டுகொண்டால்... அதன் பின்விளைவுகள் என்னவாக இருக்கும்? அவள் மிகவும் கவலைப்பட்டாள். நிருபமாவைத் தான் சந்தித்து மன்னிப்புக் கேட்கும்வரை திருமணம் என்கிற விஷயத்தைத் தள்ளிப்போடுவதுதான் நல்லது என்று தோன்றியது அவளுக்கு.

''பார்க்கலாம்ப்பா. கல்யாணத்துக்கு இப்பொ என்ன அவசரம்?''

''வாழ்க்கைங்கறது பல படிக்கட்டுகளைக் கொண்டது, சஞ்சு. ஒவ்வொரு படியா ஏறிட்டே இருக்கணும். ஒரே படியில் நின்னுட்ருக்கறது புத்திசாலியோட லட்சணமில்ல.''

சஞ்சனா அப்பாவை உற்றுப் பார்த்தாள். நிருபமாங்கிற படியை உதறித் தள்ளிட்டு பவானிங்கற படிக்குத் தாவியதைப் புத்திசாலித்தனம்னு நினைப்பதா, நம்பிக்கைத் துரோகமென நினைப்பதா? அவளுக்குப் புரியவில்லை.

''என்னம்மா யோசனை?''

''ஒண்ணுமில்ல''. மழுப்பினாள் அவள்

''வினீத்தோட முதல் பிறந்தநாள்விழா வீடியோ ஏதோ உங்கிட்ட இருக்காமே, போரடிச்சா அதைப் பார்க்கச் சொன்னான், சஞ்சு.''

அப்பா சொல்லத் துணுக்குற்றாள்.

''அதெல்லாம் அப்புறம் பார்க்கலாம். நீங்க வாங்க, நா கேம்பஸைச் சுற்றிக் காட்டறேன். ரொம்ப அழகான இடம் இது.''

பேச்சை மாற்றி அவர்களை இழுத்துக் கொண்டு வெளியில் வந்தாள். மறுநாள் காலை அவர்கள் புறப்படும்வரை மறந்தும் அவர்களை அறையில் அதிகம் ஓய்வெடுக்கவிடவில்லை. அவர்களும் அந்த வீடியோவை மறந்துவிட்டு மறுநாள் காலை கிளம்பிச் சென்றபிறகுதான் அவள் ஒழுங்காக மூச்சு விட்டாள். அதேநேரம் அது தற்காலிக நிம்மதியாக மட்டுமே இருக்கும் என்பது அவளுக்குப் புரியாமல் இல்லை. எந்த நேரம் இந்த உண்மையை யார் அறிவார்களோ என்ற பதற்றம், இருக்க இருக்கக் கூடியது.

***

இரவு விளக்குகளின் கண்சிமிட்டலில் நெக்லஸ் ரோடின் வளைவும் அழகும் கண்ணைப் பறித்தது. நட்சத்திர ஓட்டல் ஒன்றின் திறந்த வெளி விருந்துக் கூடத்தில் இருபதுக்கும் மேற்பட்ட மாணவர்கள் கூடியிருந்தனர்.

ஹுசைன் சாகர் ஏரியில் விளக்குகளின் பிரதிபலிப்பை ரசித்தபடி வாணி, ரஞ்சித், சஞ்சனா மூவரும் ஒரு உணவு மேஜைக்கு முன் அமர்ந்திருக்க, சற்றுத் தூரத்தில் தன் நண்பர்களுடன் பேசிக் கொண்டிருந்தான், வினீத் தன் பிறந்தநாளை ஒட்டி மாணவர் ஒருவர் ஏற்பாடு செய்திருந்த விருந்து அது.

"நானும் கொஞ்சநாளா கவனிச்சுட்டு வரேன், சஞ்சனா முகத்தில் பிரகாசமே இல்லையே... என்னாச்சு வாணி?" ரஞ்சித் கேட்க, வாணி சஞ்சனாவைத் திரும்பிப் பார்த்தாள்.

"நா நல்லாத்தானே இருக்கேன்!" சஞ்சனா புன்னகைத்தாள்.

"நல்லார்ந்தா சந்தோஷம்தான்!" என்றபடி எழுந்தான், ரஞ்சித். "நீங்க பேசிட்டிருங்க, அர்ஜூன்கிட்ட ஒரு கடிஜோக் சொல்லிட்டு வரேன்," என்றபடி சென்றான். வாணி சஞ்சனாவை உற்றுப் பார்த்தாள்.

“உனக்கு என்ன பிரச்சனை, சஞ்சு?. ஒண்ணுல்லன்னு மட்டும் சொல்லாத. உன் முகம் பொய் சொல்லாது. என்னை உன்னோட நம்பிக்கைக்குரிய சிநேகிதியா நினைச்சா எங்கிட்ட உன் பிரச்சனையைச் சொல்லு. அது சரியாக என்னால முடிஞ்ச உதவியைச் செய்யறேன்.”

சஞ்சனா தலை குனிந்து அமர்ந்திருந்தாள். என் அப்பா ஒரு நம்பிக்கைத் துரோகி என்று எப்படிச்சொல்ல முடியும்? அவள் மௌனமாயிருந்தாள்.

“சொல்ல முடியாத விஷயம்னா வேண்டாம். விட்ரு.”

“இப்போதைக்கு என்னால சொல்ல முடியாத விஷயம்தான். தேவை ஏற்பட்டா நிச்சயம் உங்கிட்டதான் உதவி கேட்டு வருவேன்.”

“படிப்பு முடிஞ்சதும் ஒரு பத்துநாள் என்னோட திருச்சிக்கு வா சஞ்சனா. எங்க தாத்தாவை அறிமுகப்படுத்தறேன். அவர்கிட்ட பேசிட்டிருந்தா எப்பேர்ப்பட்ட பிரச்சனையும் சின்னதா தெரிய ஆரம்பிச்சுடும்.”

வாணி சொன்னதும் ஒரு வினாடி சஞ்சனாவின் முகம் பளிச்சிட்டது. கடவுளே! இதை எப்படி மறந்தேன்? ஸ்ரீரங்கத்திற்கு வெகு அருகில் இருக்கும் வாணியை எப்படி மறந்தேன்? வாணியின் அழைப்பை ஏற்றுத் திருச்சிக்குச் சென்றால், நிருபமாவைப் பற்றிய விஷயங்களை அறிய முடியாதா?

சஞ்சனா வாணியின் கையைப் பற்றினாள். “நிச்சயமா நான் வரேன், வாணி. முடிஞ்சா நடுவுல எப்பவாவது நீ போனாலும் நானும் கூடவரேன். திருச்சி ஸ்ரீரங்கம் எல்லாம் இந்திய வரைபடத்துல பார்த்ததுதான். மலைக் கோட்டையும் ஸ்ரீரங்கம் கோபுரமும் ரொம்ப அழகா இருக்குமாமே...!”

“அதையெல்லாம் நேரே பார்த்துத்தான் அனுபவிக்கணும்.”

"எதையெல்லாம்?" என்றபடி அவர்களருகில் வந்தார்கள் வினீத்தும் ரஞ்சித்தும்.

"எங்க ஊர் அழகைப்பத்திச் சொல்லிட்டிருந்தேன்."

"அதை விடு. நா கேக்கறதுக்குப் பதில் சொல்லு, வாணி. காதல் நல்ல விஷயமா இல்லையா?"

"ஏன்? அது நல்ல விஷயமில்லைன்னு யார் சொன்னது?"

"சொல்லேன்."

"நீ யாரையாவது காதலிக்கறியா, வினீத்?"

"என்னைப் பார்த்தா எப்டி தோணுது?"

"முகத்தில் ஒரு பளிச், கண்களில் மலர்ச்சி. இதழ்களில் மெலிசா ஒரு புன்னகை. இதெல்லாம் பார்த்தா இன்னமும் நீ யாரையும் காதலிக்க ஆரம்பிக்கலைன்னுதான் தோணுது. ஏன்னா சந்தோஷமா இருக்கயே..!" ரஞ்சித் முந்திக்கொண்டு கூற, வாணி வெடுக்கெனப் புருஷனைக் கிள்ளினாள்.

"பார், எப்டி கிள்றான்னு. காதலிச்சா இந்தமாதிரி வலியெல்லாம் தாங்கிக்கணும்."

"திடீர்னு என்ன காதலைப் பத்தின விசாரணை? காதல் ஏற்கெனவே வந்தாச்சா? இல்ல, வரும்போல இருக்கா? அல்லது இனிமே வரலாம்னு நினைக்கறயா?"

"காதல் ரெண்டு பேர் சம்பந்தப்பட்ட விஷயம். ரெண்டு பேரும் சேர்ந்துதான் அதை மற்றவங்களுக்கு அறிவிக்கணும். என்னோட காதலி யாருன்னு சொல்ல எனக்கு அவளோட சம்மதம் வேணும். அது கிடைச்ச பிறகு அவ யாருன்னு சொல்றேன். கோயில்ல நிக்கும்போது சாமி கதை கேக்கணும். காதல்ல விழும்போது காதல் கதைகள் கேக்கணும். நீங்க உங்க காதலைப் பற்றிச் சொன்னா சுவாரசியமா கேப்பேன்."

வினீத் கேட்க, வாணி தங்கள் முதல் சந்திப்பைப் பற்றிக் கூறினாள். "தனிமையில் இருக்கும்போது காதலர்கள் அப்டி என்னதான் பேசிப்பாங்க?"

"ஆங்கிலத்தில் சொன்னா ஸ்வீட் நத்திங்ஸ். ஏன், நீ உன் காதலியோட பேசினதே இல்லையா? இல்ல, பேச நேரமில்லையா?"

"புத்திசாலிகள் ஸ்வீட்திங்ஸ்தான் பேசுவாங்க, நத்திங்ஸ் இல்ல."

"அடப்பாவி! இப்டி வார்றயே... எங்களை முட்டாள்னா சொல்ற... உன்னை..."

"நா உங்களையா சொன்னேன்? பொதுவாச் சொன்னேன்."

"நீ என்ன ஒண்ணுமே பேசாம இருக்க, சஞ்சனா? காதல்ங்கற வார்த்தையில் உனக்கு நம்பிக்கை இருக்கா இல்லையா?"

"இதுவரை இருந்ததில்ல. ஆனா உங்க ரெண்டு பேரையும் பார்க்கும்போது வருது."

"அப்படின்னா சீக்கிரமே நல்ல காதலன் கிடைக்க வாழ்த்துக்கள்."

சஞ்சனா சிரித்தாள். ஓரக் கண்ணால் வினீத்தைப் பார்த்தாள். அவன் நமுட்டுச் சிரிப்புச் சிரித்தான்.

விருந்துக்குப் பிறகு மெல்லிய இசை ஒலிக்க, மாணவர்கள் நடனமாடத் தயாரானார்கள். வாணியும் ரஞ்சித்தும்கூட எழுந்து சென்று நடனத்தில் கலந்து கொள்ள, வினீத் சஞ்சனாவின் அருகில் அமர்ந்தான்.

"இந்த சந்தோஷமான தருணத்துல நம்ம காதலை நண்பர்களிடம் அறிவிச்சுடலாமா? நீ என்ன சொல்றே?"

"அப்டியா சொல்ற?"

"சொல்லலாம்னு நா நினைக்கிறேன். எங்க வீட்லயும் உங்க வீட்லயும் சம்மதிச்ச பிறகு அந்த சந்தோஷத்தை நண்பர்களோட பகிர்ந்துக்கறதுல என்ன தப்பு?"

"எனக்கு ஆட்சேபணையில்ல."

"அப்படின்னா வா." வினீத் அவளை இழுத்துக் கொண்டு நண்பர்களுக்கு நடுவில் சென்றான். இசையோடு சேர்ந்து அவளுடன் நடனமாடினான். நடனத்திற்கு நடுவே 'என் அன்புத் தோழர்களே' என்று ஆங்கிலத்தில் அவன் அழைக்க, எல்லோரும் ஒரு வினாடி நின்றார்கள்.

"இந்த சந்தோஷமான நேரத்துல நா இன்னொரு சந்தோஷமான செய்தியை உங்களோட பகிர்ந்துக்கலாம்னு நினைக்கிறேன்."

'ஊஊ' என்று ஒரு இளைஞன் ஒலி எழுப்பி உற்சாகப்படுத்தினான்.

"காதலைப் பற்றிச் சற்றுமுன் வாணி - ரஞ்சித்கிட்ட பேசிட்டிருந்தேன். என் காதலியோட சம்மதத்தைப் பெற்றபின் அதை உங்க எல்லார்கிட்டயும் பகிர்ந்துக்கிறதா வாணிகிட்ட சொன்னேன். என் காதலியின் சம்மதம் கிடைச்சாச்சு."

வாணியும் ரஞ்சித்தும் விழியகல அவனைப் பார்த்தார்கள்.

"என்னை விரும்பற அந்த அழகு தேவதை வேற யாருமில்ல, சஞ்சனாதான்."

அவன் சஞ்சனாவை அணைத்தபடி சொல்ல, அத்தனை பேரும் கைதட்டி உற்சாகமாய்க் குரலெழுப்பினார்கள்.

வாணி ஓடிவந்து சஞ்சனாவை அணைத்துக்கொள்ள, ரஞ்சித் வினீத்துடன் கரம்குலுக்கினான்.

நள்ளிரவு வரை ஆடிப்பாடி மகிழ்ந்துவிட்டு விடுதிக்குத் திரும்பினார்கள் அனைவரும்.

அடுத்தநாள் காலை வகுப்புக்குக் கிளம்புவதற்கு முன் தனது மின்னஞ்சல் பெட்டியைப் பார்த்தவன் முகம் மலர்ந்தது. சஞ்சனாவின் தந்தையிடமிருந்து இணைப்புடன் கூடிய கடிதம் வந்திருந்தது. இணைப்பில் சஞ்சனாவின் சிறுவயது முதல் சமீபகாலம்வரை எடுத்திருந்த புகைப்பட ஆல்பம் இருந்தது.

அத்தனையும் உடனே பார்க்க நேரமிருக்காது என்பதால் அவருக்கு ஒரு நன்றிக்கடிதம் அனுப்பிவிட்டுப் புகைப்பட ஆல்பத்தை அப்படியே அம்மாவின் மின்னஞ்சல் முகவரிக்கு இணைத்தனுப்பிவிட்டு எழுந்தான். இரவு ஒவ்வொன்றாக ரசித்துப் பார்க்கலாம் என்ற எண்ணத்தோடு அவன் செய்த காரியத்தின் விபரீதம் புரியாமல் அவன் வகுப்புக்குக் கிளம்பிச் சென்றான்.

❋❋❋

அத்தியாயம்

9

படிப்புச் சுமை அதிகரித்துக் கொண்டே வந்ததால் யாருக்கும் யாருடனும் பேசுவதற்கேகூட நேரமின்றிப் போயிற்று. வினீத்தும் சஞ்சனாவும் சிரித்துப் பேசி வாரக்கணக்காயிற்று. மாற்றி மாற்றி அசைன்மென்டுகள் அளிக்கப்பட்டுக் கொண்டேயிருந்ததால் கடுமையாய் உழைக்க வேண்டியிருந்தது. தங்களது எதிர்காலத்துக்கான பாதையைப். பளிச்சென அமைத்துக்கொள்ளும் முயற்சியில் ஒவ்வொரு மாணவனும் மும்முரமாக ஈடுபட்டிருந்தான். வளாக நேர்முகத் தேர்வையும் இதற்கு நடுவில் எதிர்கொள்ளத் தயார்ப்படுத்திக்கொள்ள வேண்டியிருந்தது.

காதல் உணர்வு ஜீவக்காற்றாய் உள்ளுக்குள் நிரம்பி இருக்க, அதே நேரம் தங்கள் பணிகளையும் கவனித்துக் கொண்டிருந்தனர் வினீத்தும், சஞ்சனாவும். இந்த வேலைச் சுமையால் சஞ்சனாவின் சிறு வயதுப் புகைப்படங்களைப் பற்றிச் சுத்தமாக மறந்தே போனான் அவன். இருபத்து நான்கு மணிநேரத்தில் இருபது மணிநேரம் கல்விக்குப் போயிற்று. அத்தனை உழைப்பும் எதிர்கால வெற்றிக்கான சேமிப்பு என்பதால் உழைப்பு சோர்வைத் தரவில்லை. அதையும் மீறி எப்போதேனும் சோர்வு தட்டும்போது நீச்சல்குளம் தஞ்சமளித்து உற்சாகமேற்றியது.

நாட்கள் மிகவிரைவாய் உருண்டு மறைந்ததில் ஓராண்டுப்படிப்பு முற்றுப்பெறும் நிலைக்கு வந்திருந்தது. வளாகத் தேர்வுகளும் வெற்றிகரமாக முடிவடைந்ததில் வாணி ரஞ்சித் இருவருக்கும் ஒரு பன்னாட்டு நிறுவனத்தின் மும்பை அலுவலகத்தில் நல்ல ஊதியத்தில் வேலை கிடைத்தது.

நேர்முகத் தேர்வில் தானும் சஞ்சனாவும் காதலிப்பதையும் விரைவில் திருமணம் செய்துகொள்ளவிருப்பதையும் வெளிப்படையாகக் கூறி ஒரே நிறுவனத்தில் தங்கள் இருவருக்கும் பணியளிக்கும்பட்சத்தில் அந்தப் பணியைச் சந்தோஷமாக ஏற்பதாகத் தெரிவித்திருந்த வினீத்தின் கோரிக்கையும் ஒரு அமெரிக்க நிறுவனத்தால் ஏற்றுக்கொள்ளப்பட்டது.

ஓராண்டுப் பயிற்சி இந்தியாவில் அளிக்கப்பட்ட பின் அவர்கள் இருவரும் அமெரிக்காவிற்கு வரவேண்டும் என்கிற நிபந்தனையோடு தேர்ந்தெடுக்கப்பட்டனர். எல்லா முகங்களிலும் உழைப்புக்கெல்லாம் சற்று ஓய்வெடுக்கும் நேரம் வந்தது, புத்துணர்ச்சியைத் தந்தது. தேர்வுகள் முடிந்து, பணியில் சேர்வதற்கு இடைப்பட்ட நாட்களைக் குடும்பத்தோடு கழிக்க அனைவரும் உற்சாகமாகக் கிளம்பி விடைபெற்றுக் கொண்டிருந்தார்கள்.

சஞ்சனா அம்மாவோடு பேசினாள். "நான் வாணியோட அவங்க ஊருக்குப் போய்ட்டு வரலாம்னு நினைக்கிறேம்மா."

"என்ன சஞ்சு. நீ எப்பொ வரப்போறன்னு உங்கப்பா துடிச்சிட்டுருக்காரே."

"ப்ளீஸ்மா. வாணி என்னை ரொம்ப எதிர்பார்க்கறாம்மா. ஒரே வாரம்தான். அதுக்கப்புறம் உங்ககூடத்தானே இருக்கப்போறேன்? தவிர என்னோட பயிற்சியும் மும்பைலதான். அநேகமாக வினீத்தும் வீடு கிடைக்கிறவரை நம்ம வீட்லதான் தங்குவான். கல்யாணத்துக்கு முன்னாடியே மாப்ளயைக் கவனிக்கிற வாய்ப்பு உனக்குக் கிடைக்கப்போகுது. அதனால நான் வாணியோட போய்ட்டு வரேன். அனுமதி குடும்மா."

பவானி அரைமனதோடு சம்மதித்தாள்.

வினீத்கூட வியந்தான். "அவங்கவங்க அம்மா அப்பாவைப் பார்க்கணும்னு ஓடறாங்க! நீ என்னடான்னா வாணியோட கிளம்பற...?"

"இதைவிட்டா இன்னொரு சந்தர்ப்பம் கிடைக்காதே... அப்புறம் அவங்கவங்க வேலையைப் பார்க்கத் தயாராய்டுவோம்."

"எங்க வீட்டுக்கு வருவன்னு எதிர்பார்த்தேன்."

"வாழ்நாள் முழுக்க இனி உங்க வீட்லதானே!" சிரித்தாள்.

"திருச்சிலேர்ந்து போறதுக்கு முன்னாடி எங்க வீட்டுக்கு வந்து ரெண்டு நாள் தங்கிட்டுப் போனா நல்லார்க்கும்."

"சரி, வரேன்."

வினீத்தின் முகம் மலர்ந்தது. அன்று மாலை விமானத்தில் வாணியோடு கிளம்பிய சஞ்சனாவை வழியனுப்ப விமான நிலையத்திற்குத் தானும் வந்தான், வினீத்.

"அடுத்தாப்போல உங்க கல்யாணம்தான் நாம எல்லோரும் ஒண்ணு கூடற இடமார்க்கும்னு நினைக்கிறேன். ரொம்பத் தள்ளிப்போடாம சீக்கிரமே தேதியை முடிவு பண்ணிட்டுத் தகவல் சொல்லுங்க."

வாணி சொல்ல, தலையசைத்தான் வினீத்.

'ஒரு நிமிஷம் அப்படி வரயா, சஞ்சு?' அவளைத் தனியே அழைத்துச் சென்றான்.

"என்ன விஷயம்?"

"எங்கெங்கேர்ந்தோ வந்தோம். வரும்போது நமக்கு அறிமுகம்கூடக் கிடையாது. ஆனா பிரியும்போது நீ எனக்குரியவளாய்ட்ட... ஆச்சர்யமார்க்குல? உன்னைப் பிரியறது சங்கடமா இருக்கு, சஞ்சு."

“எனக்கு மட்டும் சந்தோஷமாவா இருக்கு? காதல் ஒரே நேரத்துல சுகத்தையும் சோகத்தையும் தரும்னு எதுலயோ படிச்சிருக்கேன். அது நிஜம்தான். ஒருபக்கம் உன்னைக் காதலனா அடைஞ்ச சந்தோஷம். இன்னொரு பக்கம் நமக்குள்ள தற்காலிகமா ஒரு பிரிவு ஏற்படப் போகுதேன்னு சோகம்.”

“மிஞ்சிப் போனா ரெண்டுமாசப் பிரிவு. அதுக்கப்புறம் நீயும் மும்பைக்குத்தானே வரப்போறே?”

“இருந்தாலும் பிரிவு பிரிவுதானே..?”

“மனசால நெருங்கி இருக்கிறவங்களுக்குப் பிரிவே கிடையாது. தினமும் பேசிக்கப் போறோம். இன்னிக்குத் தகவல் தொடர்பு எவ்ளோ உச்சத்துல இருக்கு வெப்கேமரா தயவுல பார்த்துக்கிட்டேகூடப் பேசலாம்.”

வினீத் அவளையே பார்த்தான்.

“உன் பார்வை என்னமோ செய்யுது, வினீத். இப்படிப் பார்க்காதயேன்.”

“உன் அனுமதியோட நா உனக்கொரு முத்தம் கொடுக்கலாமா?”

ஒரு வினாடி திகைத்தாலும், மிகுந்த கண்ணியத்தோடு அவன் கேட்ட விதம் அவளைக் கவர்ந்தது. அவளால் அதற்கு மறுக்கமுடியவில்லை. சற்று ஒதுக்குப்புறமாயிருந்த அந்த இடத்தில் யாருமில்லாததால் அவன் அவளை மெல்ல அணைத்து நெற்றியிலும், கண்களிலும் பிறகு இதழிலும் மென்மையாக முத்தமிட்ட பின் விடுவித்தான்.

காதலனின் முதல் முத்தம் அவளுக்குள் ஏற்படுத்திய மின்சார அலைகளில் சற்றே கிறங்கிப்போய் நின்றிருந்தாள் அவள். கண்கள் மெலிதாய்க் கசிந்தன. காதலாகிக் கசிந்து கண்ணீர் மல்கி... என்று இந்த நிலையைத்தான் கூறுகிறார்களா?

"போலாமா..." வினீத் கேட்க, சற்றே சுதாரித்துக் கொண்டு, அவனைப் பார்த்தாள்.

"ஒரு மின்னலைவிட அதிக சக்தி வாய்ந்தது எதுன்னு இப்பதான் புரியுது. நன்றி, வினீத்." நெகிழ்ந்த குரலில் கூறினாள்.

"முத்தம் ஒண்ணுதான் கொடுக்கிறவனுக்கும் பெறுகிறவருக்கும் ஒரே நேரத்துல சந்தோஷத்தையும் சக்தியையும் தரும்ங்கிறது எனக்கும் இப்பதான் புரியுது."

போர்டிங் பாஸ் பெறுவதற்கான அறிவிப்பு வர இருவரும் நடந்தார்கள்.

விமானம் கிளம்பும்வரை நின்று கையசைத்துவிட்டுத்தான் அவன் புறப்பட்டான். உயிரில் பாதி காணாமல் போனாற்போல ஒரு வெறுமை தோன்றியது. காதலுக்கு இவ்வளவு வலிமையும் வேதனையும் உண்டா என்று வியந்தான். சென்னைக்கு வந்தவனைப் பாட்டி உற்சாகமாக வரவேற்றாள்.

"சஞ்சனாவையும் கூட்டிட்டு வருவேன்னு நினைச்சேன்."

"ஒரு வாரம் கழிச்சு வருவா...!" அவன் குரலைக் கேட்டதும், தங்கை ஓடிவந்து அணைத்துக் கொண்டாள்.

"ஒரு வருஷமா உன் பிடுங்கல் இல்லாம நிம்மதியார்ந்தேன். சண்டை போட வந்துட்டயா, சகோதரா?"

"இனிமே சண்டையெல்லாம் கிடையாது. பாசமழைதான்."

"இது எப்போலேர்ந்து? சஞ்சனாவோட உத்தரவா? இப்பவே உனக்கு எஜமானி ஆய்ட்டாளா அவ?"

"நா சண்டை வேணாம்னு வெள்ளைக்கொடி காட்டறேன். இவ வம்புக்கிழுக்கிறா பார், பாட்டி"

"அப்பாடா... இந்த வீடு இப்பதான் கலகலன்னு இருக்கு. உங்க சண்டையில்லாட்டா என்னமோ மாதிரியாயிருக்குடா வினீத்!" பாட்டி அவனுக்குக் காபி எடுத்துவந்தாள்.

அன்று முழுக்க வீடு கலகலவென்றிருந்தது. தங்கையோடு நிறைய வம்புக்குப் போனான். தாத்தா பாட்டியோடு சேர்ந்து நால்வருமாய்ச் சீட்டாட்டம், கேரம், டேபிள் டென்னிஸ் என்று விளையாடிக் களைத்தார்கள். நடுவில் அம்மாவின் அழைப்பு வந்தது. அவனை வாழ்த்தி, விசாரித்துவிட்டுப் பிறகு பேசுவதாகக் கூறி வைத்து விட்டாள்.

"சஞ்சனா எப்டி, வினீத்? நம்பளை மாதிரிக் கலகலன்னு பழகுவாளா?" தங்கை கேட்டாள்.

"கவலைப்படாதே. உன்கிட்ட சண்டை போடற உரிமை எனக்கு மட்டும்தான். அவ நம்பளைவிடக் கலகலப்பாவே இருப்பா. தவிர உனக்கு நல்ல சிநேகிதியாகவும் கூட இருப்பா."

"உனக்கு ஒரு பெண்ணைப் பிடிக்குதுன்னா நிச்சயம் அவகிட்ட நிறைய உயர்ந்த ரசனைகள் இருக்கும்னு அர்த்தம். சஞ்சனாவைச் சந்திக்க நா ரொம்ப ஆர்வமா இருக்கேன். உன்னைப்பத்தி நிறையப் போட்டுக் கொடுக்க வேண்டியிருக்கு."

"ஆரம்பிச்சுட்டயா?" வினீத் சிரித்தான்.

அன்றிரவு சஞ்சனா பேசினாள். 'வாணி வீடு நல்லார்க்கு. நாளைக்கு அவங்க தாத்தா வீட்டுக்குக் கூட்டிட்டுப் போவா...' என்றவளுடன் அரைமணிநேரம் பேசிவிட்டுப் பிறகு கணிப்பொறியின் முன் அமர்ந்தான். மின்னஞ்சலுக்கான சங்கேதப் பெயரை அடித்துவிட்டுக் காத்திருந்தான்.

அவனது இன்பாக்ஸ் கடிதங்களால் நிறைந்திருந்தது. அனைத்து நண்பர்களும் மெயில் அனுப்பி இருந்தார்கள். அம்மாவிடமிருந்து ஒரு மெயில் வந்திருந்தது. நண்பர்களுக்கெல்லாம் பதில் கடிதம் அனுப்பிவிட்டுக் கடைசியாக அம்மாவின் கடிதத்தை கிளிக் செய்துவிட்டுக் காத்திருந்தான். சற்று நேரத்தில் திரையில் அம்மாவின் கடிதவரிகள் தெரிந்தன.

"நீ அனுப்பிய சஞ்சனாவின் புகைப்படங்களைப் பார்த்தேன். உன் படிப்பு முடியட்டும் என்றுதான் இதுவரை அதுகுறித்துப்

பேசவில்லை. வினீத்! எனக்கு உன்மீது நம்பிக்கையிருக்கிறது. அதுபோல் உனக்கும் எங்கள்மீது நம்பிக்கையிருக்கும் என்று நினைக்கிறேன். பெற்ற குழந்தைகள் மீது நாங்கள் அளவுகடந்த பாசம் வைத்திருந்ததால்தான் உங்கள் எதிர்காலம் சிறப்பாக இருக்கவும் நல்ல பண்பாடுகளுடன் நீங்கள் வளர்வதற்காகவும் உங்கள் இருவரையும் பிரிந்துவாழ நாங்கள் தயாரானோம். பாசத்தை வெகு தூரத்திலிருந்தும் காட்டமுடியும் என்கிற நம்பிக்கை எங்களுக்கு இருந்தது. இன்றுவரை எங்களது பாசத்தில் உங்களுக்கு எந்தக் குறையும் தெரியவில்லை என்பதை நீ மறுக்கமாட்டாய் என நம்புகிறேன். அந்த நம்பிக்கை என்மீது உனக்கிருக்குமானால், நான் சொல்வதை மறுபேச்சின்றி ஏற்பாய் என எண்ணுகிறேன். என் முடிவுகள் உன் நன்மையை உத்தேசித்ததாக இதுவரை இருந்திருக்கிறது. என்மனம் இப்போது பெரும் அதிர்ச்சியிலும் குழப்பத்திலும் ஆழ்ந்திருக்கிறது. என் குழப்பத்திற்கெல்லாம் விடை தெரியும்வரை உனது திருமணத்தை நீ தள்ளிப்போட வேண்டும் என்பதே என் வேண்டுகோள். விடைதெரியாத ஒரு கேள்வி நீண்டகாலமாக எனக்குள் இருந்துகொண்டு என்னைத் துக்கப்படுத்திக் கொண்டிருக்கிறது. அதற்கான விடை கிடைக்க ஒரு வாய்ப்பு இருக்கும்போல் தெரிகிறது. யார் மனமும் புண்படாத வகையில் அந்த விடையை நான் அறிய விரும்புகிறேன். என் கடிதம் உனக்குப் புதிராகவும் அதிர்ச்சியாகவும்கூட இருக்கலாம். உன் திருமணத் தேதியை நான் முடிவு செய்யும்வரை அமைதியாக நீ காத்திருப்பாய் என்கிற நம்பிக்கை எனக்கிருக்கிறது. நல்லதை எண்ணினால் நல்லதே நடக்கும் என்பார்கள். நல்லதே நினை. எல்லாம் நல்லபடி முடியும்.''

வினீத் அசையாமல் அமர்ந்திருந்தான்.

❋❋❋

அத்தியாயம்

10

மொட்டை மாடியிலிருந்து பார்த்தபோது மலைக்கோட்டையும் தெப்பக் குளமும் மிக அழகாகத் தெரிந்தன. அந்திச் சூரியனின் ஆரஞ்சுக் கதிர்கள் திருச்சி நகருக்குப் பொன்னிறம் பூசியிருந்தன. "போலாமா, சஞ்சு?" வாணி அழைக்கத் திரும்பினாள் சஞ்சனா.

"இன்னிக்குப் பவுர்ணமி. உச்சிப்பிள்ளையார் கோயில் பாறைமீது உட்கார்ந்து முழு நிலவை ரசிக்கிற சுகம் இருக்கே... அதை அனுபவிச்சாதான் புரியும்."

இருவரும் கீழே இறங்கினார்கள்.

"இதென்ன பை?"

"இதுல கொஞ்சம் சித்ரான்னம் இருக்கு. நாம சாப்ட ராத்திரி டின்னர் மலைப்பாறை மேலதான்."

ஆட்டோ தயாராயிருந்தது. மலைக்கோயில் வாசலில் அவர்களை இறக்கிவிட்டது. பேச்சும் சிரிப்புமாய்ப் படிகளில் ஏறினார்கள். மூச்சு வாங்கியதைப் பொருட்படுத்தவில்லை. மேலே செல்லச் செல்லக் காற்று உடலைத் தழுவி வரவேற்றது. இருளும் ஒளியும் கலந்த சந்தியா காலத்தில் கீழே தெரிந்த நகரம் தேவலோகம் போலிருந்தது. பளிச் பளிச்சென விளக்குகள் நட்சத்திரங்களாய் மின்ன ஆரம்பித்தன.

“அதுதான் புகழ் பெற்ற ஸ்ரீரங்கம் கோபுரம். அதோ, தங்க ரிப்பன் மாதிரித் தகதகன்னு ஓடறது பார், அதுதான் காவேரி. அதுக்குப் பின்னால தெரியறது கொள்ளிடம். ஸ்ரீரங்கத்துல காவேரி இரண்டாகப் பிரிஞ்சுடும். தெற்கே காவேரி, கோவிலுக்கு வடக்கே கொள்ளிடம்.”

வாணி சொல்ல, விழியகல எல்லாவற்றையும் பார்த்தாள். பிள்ளையார் சந்நிதியில் கண் மூடி நின்றாள்.

“எதை நோக்கி நான் புறப்பட்டிருக்கேன் எனத் தெரியவில்லை. எது என்னை இங்கே கொண்டுவந்து நிக்க வைத்திருக்கிறது என்றும் தெரியாது. நான் தேடும் விஷயம் என் கண்ணில் படச்செய்ய வேண்டும். உன் துணை எனக்கு அவசியம்.”

சஞ்சனா வேண்டிக்கொண்ட நேரம் தீபாராதனை காட்டப்பட்டது.

கோயிலிலிருந்து இறங்கிவந்து பாறை மீது அமர்ந்தார்கள். பவுர்ணமி நிலவு அடிவானிலிருந்து தங்கப்பந்தாய் எழும்பியிருந்தது. கொள்ளை அழகைக் கண்கொட்டாமல் ரசித்துப் பார்த்தபடி மூவரும் மௌனமாய் அமர்ந்திருந்தார்கள்.

“பசிக்கிறது, வாணி. சாப்பிடலாமே...!” ரஞ்சித் பையை எடுத்து நடுவில் வைத்தான். பேப்பர் தட்டுகளில் ஒரு கரண்டி தேங்காய்ச்சாதமும், கருவடாமும் வைத்து, வாணி சஞ்சனாவிடம் நீட்டினாள். பைக்குள் மூன்று சிறிய சம்படங்களும் மூன்று மேஜைக் கரண்டிகளும் இருந்தன.

“நீயும் சாப்டு. வேண்டியதை நாம்பளே போட்டுப்போம்,” என்றான் ரஞ்சித்.

சித்ரான்னங்கள் வெகு சுவையாக இருந்தன. மும்பையில் அம்மா அப்பாவோடு எத்தனையோ இடங்களுக்குப் போயிருக்கிறாள். அம்மாவும் இப்படி எதையாவது தயாரித்து எடுத்துக்கொண்டு வருவாள். பேசிச் சிரித்தபடி சாப்பிடுவார்கள்.

வீட்டில் சாப்பிடுவதைவிட இப்படிக் காற்றாட வெளியிடங்களில் சாப்பிடும்போது சாப்பாட்டின் சுவை கூடிவிடும் போலும்.

"எப்டியிருக்கு, சஞ்சு... பிடிச்சிருக்கா...?" வாணி இன்னும் கொஞ்சம் வடகங்களை எடுத்து வைத்தாள்.

"இந்த மாதிரி வீட்டுத் தயாரிப்பு சாப்ட்டு எவ்ளோ நாளாச்சு. அதுவும் வடகம் வாய்ல கரையறது."

"எங்க பாட்டி தயார் பண்ணினது. பாட்டியோட கைமணமே தனிதான்."

"நாம எப்பொ ஸ்ரீரங்கம் போறோம்?"

"நாளைக்குக் காலேல பாட்டி வீட்லதான் நமக்கு டிபன். காலேல குளிச்சுட்டுக் கிளம்பினா அரைமணில ஸ்ரீரங்கம் போயிடலாம். அம்மா, அப்பா, சித்தி, சித்தப்பா, அவங்க பசங்க, தாத்தா பாட்டின்னு வீடே கலகலப்பா இருக்கும். நாலுநாள் நாம அங்கதான் தங்கப்போறோம். இஷ்டம்போலப் போய் ரங்கநாதனைச் சேவிக்கலாம். இவ்ளோ பெரிய கோயிலை நீ வேற எங்கயும் பார்த்திருக்கமாட்ட. பக்கத்துல திருவானைக்கா கோயிலும் இருக்கு. பஞ்சபூதத்துல அப்பு ஸ்தலம். அப்புன்னா நீர். மழைக் காலத்துல காவேரில வெள்ளம் அதிகரிக்கும்போது கருவறையிலும் வெள்ளம் அதிகமாக ஊறும்."

வாணி சொன்னவைகளை வியப்போடு கேட்டுக்கொண்டிருந்தாள். கூட்டம் குறையத் துவங்கியதும், மூவரும் கீழே இறங்கினார்கள்.

இரவு முழுக்கத் தூக்கம் வரவில்லை. ஸ்ரீரங்கம் என்ற ஒரு தகவலை வைத்துக் கொண்டு வந்தாயிற்று. அந்த ஊரில் அப்பாவின் குடும்பத்தை எப்படிக் கண்டுபிடிக்கப் போகிறோம் என்று தெரியவில்லை. யாரிடம் விசாரிப்பது? எப்படித் தேடுவது? வீடு வீடாக ஏறிச்சென்றா விசாரிக்க முடியும்?

சஞ்சனா சற்றே சோர்ந்தாள். இருபத்தேழு வருடமிருக்குமா அப்பா மும்பைக்கு வந்து? இத்தனை காலம் கழித்து அவரது

குடும்பத்தைத் தேடுவது சாத்தியமா? அவரைப் பெற்றவர்கள் உயிரோடுதான் இருக்கிறார்களா என்பதே தெரியவில்லை. அப்பாவின் சகோதரர்களுக்குத் திருமணமாகி அவர்கள் எந்த ஊரில் இருக்கிறார்களோ? ஸ்ரீரங்கத்தில் யாரைப்போய்க் கேட்பது? எதை நம்பிக் கிளம்பினேன் நான்? அவள் பெருமூச்சு விட்டாள்.

மறுநாள் காலை ஏழு மணிக்கு ஸ்ரீரங்கத்திற்குக் கிளம்பினார்கள். காரை ரஞ்சித்தே ஓட்டினான். போகும் வழியில் ஸ்ரீரங்கத்தின் சிறப்புகள் பற்றிச் சஞ்சனாவிடம் சொல்லிக்கொண்டு வந்தாள், வாணி. "திரேதாயுகத்து ஸ்ரீராமனே வழிபட்ட தெய்வம் இந்த அரங்கநாதன். அதனால் கோயிலைச் சுற்றி நாலுபக்கமும் ராமருக்குச் சந்நிதிகள் உண்டு. விபீஷணன் அயோத்தியிலிருந்து இலங்கைக்கு இந்த அரங்கனைக் கொண்டுபோகும் வழியில் இந்தக் காவிரிக்கரையில் சற்று ஓய்வுக்காகக் கீழேவைத்த அரங்கனை அவனால திரும்பவும் எடுக்கமுடியல. பெருமாள் இங்கேயே விரும்பிப் பள்ளிகொண்டுவிட்டதா புராணங்கள் சொல்றது. இப்பொ வானளாவத் தெரியற கோபுரம் முதல்ல மொட்டைக் கோபுரமாத்தான் இருந்தது. அதுக்கப்புறம் ஆசியாவிலே பெரிய கோபுரமா உயர்ந்தது."

"எங்கம்மா வந்திருந்தா ரொம்ப சந்தோஷப்பட்டிருப்பாங்க. கோயில் கோயிலா சுத்தறதுன்னா அவங்களுக்கு ரொம்ப இஷ்டம். தென்னிந்தியா பக்கம்தான் அதிகம் வரமுடியல. என்னைக் கட்டிக்கொடுத்தப்புறம்தான், தென்னிந்தியக் கோயிலையெல்லாம் பாக்க வரணும்னு சொல்லுவாங்க."

"அதுக்கென்ன, நாங்கதான் இருக்கோமே. உங்கம்மாவை ஒரு முறை ஸ்ரீரங்கம் அனுப்பிவை."

மேலரத வீதியில் நுழைந்த கார் அகண்ட திண்ணை உடைய ஒரு வீட்டின்முன் நின்றது.

"வாணி வந்தாச்சு!" என்ற உற்சாகக் குரல் எழுப்பியபடி உறவுகள் வாசலுக்கு ஓடிவந்தன. ஆளாளுக்கு அவளை அணைத்துக் கொண்டு விசாரிக்க, சஞ்சனா அதை வேடிக்கை பார்த்தபடி கார் அருகில் நின்றாள்.

"சஞ்சனா, என்ன அங்கேயே நின்னுட்ட..? இது உன் வீடு மாதிரி. கூச்சமே படவேண்டாம். உள்ளே வா... இது எங்கம்மா, அப்பா, இது என் சித்தி விஜி... இது என் பாட்டி. தாத்தா எங்கே பாட்டி?"

"கோயிலுக்குப் போயிருக்கார். உள்ள வா, கொழந்தே." பாட்டி சஞ்சனாவை அன்போடு அழைக்க, அந்த அழைப்பு சஞ்சனாவை ஏதோ செய்தது. இப்படிக்கூட அன்பான ஒரு முகம் இருக்க முடியுமா? தன்னையும் மீறிப் பாட்டியின் காலைத் தொட்டு வணங்கினாள் அவள்...

"பேசிண்டு இருங்கோ. காப்பி கொண்டு வரேன்." பாட்டி உள்ளே போனாள். அனைவரும் வாணியிடம் கலகலப்பாகப் பேசுவதும் கிண்டலடிப்பதுமாக இருக்க, அந்தக் கலகலப்பை மௌனமாக ரசித்துக் கொண்டிருந்தாள் சஞ்சனா.

ஒருமணிநேரம் ஓடியதே தெரியவில்லை. "தாத்தா வந்தாச்சு." வாணி வாசலைப் பார்த்துக் குரல் கொடுக்க, சஞ்சனா திரும்பிப் பார்த்தாள். பழுத்த பழமாய் நெற்றி நிறையப் பட்டையாய்த் திருநீறு பூசிய முதியவர் ஒருவர் செருப்பைக் கழற்றிவிட்டு உள்ளே வந்தார்.

"வாம்மா வாணி, படிப்பெல்லாம் முடிஞ்சதா...?"

"முடிஞ்சுது, தாத்தா...!" வாணியும் ரஞ்சித்தும் அவரிடம் ஆசி பெற்றார்கள்.

"இது என் தோழி சஞ்சனா!' என்று அவளையும் அறிமுகப்படுத்த, தாத்தா அவளைப் புன்னகையோடு பார்த்தார். 'வாம்மா!" என்றார் பரிவுடன்.

"சாப்டலாமான்னு கேளு." பாட்டியின் குரல் உள்ளிருந்து கேட்டது.

"பாவம். பசியோட இருப்பானேன்? நீங்கள்ளாம் சாப்ட வேண்டியதுதானே."

"சேர்ந்து சாப்டலாம், தாத்தா" வாணி இலை எடுக்கப் போனாள்.

கூடத்தில் இலை போடப்பட்டது. சஞ்சனா சுவரில் மாட்டியிருந்த புகைப்படங்களை ஒவ்வொன்றாய்ப் பார்த்தாள்.

"தாத்தா பாட்டி... சின்ன வயசுல எவ்ளோ அழகாயிருக்காங்க பாரு," வாணி காட்டிய படத்தில், அவள் தாத்தாவும் பாட்டியும் புதுமணத் தம்பதியாய்ச் சிரித்துக்கொண்டிருந்தார்கள். அடுத்த படத்தில் தாத்தாவின் கையில் கொள்ளை அழகுடன் ஒரு ஆண்குழந்தை. அடுத்ததில் வாணியின் தாயும் தகப்பனும். அதற்கடுத்ததில் வாணி குழந்தையாய். புகைப்படங்கள் சுவாரசியமாக இருந்தன.

தாத்தாவின் அருகில் சஞ்சனாவை அமரவைத்தாள், வாணி.

"வயிறு நிறையச் சாப்டும்மா.. இது உன் வீடு மாதிரி. வேண்டியதைக் கேட்டு வாங்கிச் சாப்டு."

"நிச்சயமா."

"எந்த ஊர் உனக்கு?"

"இப்போ இருக்கிறது மும்பையில்."

"அப்பா, அம்மா என்ன பண்றாங்க? கூடப்பொறந்தவங்க உண்டா?"

"நா ஒரே பெண்தான், அப்பா அம்மாவுக்கு. துணி வியாபாரம்."

"தமிழ் இவ்ளோ நல்லா பேசறயே...!"

"அம்மா அப்பாவுக்குத் தமிழ்தானே தாய்மொழி."

"அப்டியா? தமிழ்நாட்டுல எந்த ஊர்?"

"அது தெரியாது. அப்பாவோட சிநேகிதர் ஒருத்தருக்கு ஸ்ரீரங்கம்தான் சொந்த ஊர்."

"ஸ்ரீரங்கத்துல யாரு? தெரியுமா? விலாசம் ஏதாவது தெரியுமா? இல்ல, வேற ஏதாவது விவரம் இருக்கா?"

"அது தெரியாது. ஆனா கொஞ்சகாலம் அமெரிக்கால இருந்திருக்கார்."

தாத்தாவின் முகம் சட்டென ஒரு வினாடி வாடியது.

"எத்தனையோ பேர் இங்கேர்ந்து அமெரிக்கா போயிண்டிருக்கா. அதை வெச்சு யாருன்னு தெரிஞ்சுக்கிறது கஷ்டம். அவர் வீட்டுக்குப் போகணுமா நீ?"

"சும்மா.. ஒரு ஆசைதான்."

"அவரோட அம்மா அப்பா பேர் தெரியுமா..? என்ன செய்யறான்னு தெரியுமா?"

"எதுவும் தெரியாது."

"இவ்ளோ பெரிய ஊர்ல ஒரு விவரமுமில்லாம ஒருத்தர் வீட்டைத் தேடறது கஷ்டமாச்சேம்மா."

"பரவால்ல, தாத்தா."

அவள் கைகழுவ எழுந்தாள். "இந்தப் புகைப்படத்துல நீங்களும் பாட்டியும் ரொம்ப அழகா இருக்கீங்க..! இந்தக் குழந்தை யார்? உங்க முதல் குழந்தையா?"

அவள் கேட்டதும் தாத்தாவின் முகம் மாறியது.

"ம்..."

"இந்தக் குழந்தைக்கே இப்பொ குழந்தைகள் இருக்கணுமே. அவங்கள்லாம் இங்க வரலையா? எங்க இருக்காங்க...?"

"அவன் இங்க இல்லம்மா."

"எங்கே இருக்கார்?"

"இருக்கானா செத்துப் போய்ட்டானான்னுகூடத் தெரியாது."

"என்ன சொல்றீங்க?"

"காணாமப் போய்ட்டான். அவனைப்பத்திப் பேசினா தாத்தா அப்செட் ஆய்டுவார், சஞ்சனா." வாணியின் அம்மா இடையில் புகுந்து சொல்ல, சஞ்சனா அதிர்ந்தாள். தாத்தாவை இரக்கத்துடன் பார்த்தாள்.

❋❋❋

அத்தியாயம் 11

உலகத்தின் மிகப்பெரிய சமாதி என்றால் அது மனிதமனம்தான். ஒவ்வொரு மனித மனதிலும் புதைந்துகிடக்கும் சம்பவங்களும், அதிர்ச்சிகளும், சோகங்களும், துயரங்களும் இழப்புகளும் கணக்கிலடங்காதவை. ஏட்டில் எழுதப்படாத எத்தனையோ உண்மைக் கதைகள் மனிதமனங்களில் புதைந்து கிடக்கின்றன.

தனக்கு மட்டும்தான் வெளியில் சொல்ல முடியாத அதிர்ச்சியும் பிரச்சனையும் ஏற்பட்டிருப்பதாக நினைத்திருந்த சஞ்சனாவுக்கு வாணியின் தாத்தாவின் இழப்பும் துக்கமும் கண்டதும் தன்னுடைய அதிர்ச்சி சிறியதாகத் தோன்ற ஆரம்பித்துவிட்டது எனலாம். பிள்ளை எப்போது எதனால் காணாமல் போனான் என்பதை எல்லாம் விவரமாக அவர் கூறவில்லை. வாணியின் அம்மா குறுக்கிட்டுப் பேசியதும் அதற்குமேல் கேள்வி கேட்டு அவரது துக்கத்தைக் கிளறவேண்டாம் என நினைத்து நகர்ந்துவிட்டாள்.

அன்று மாலை தாத்தா பாட்டியைத் தவிர, மற்றவர்கள் அனைவரும் கோயிலுக்குப் புறப்பட்டார்கள்.

“நீங்களும் வரலாமே...” சஞ்சனா தாத்தாவை அழைத்தாள்.

“காலம்பற தினமும்தான் போய்ட்டு வரேன். நீங்கள்ளாம் போய்ட்டு வாங்கோ. ரங்கநாதரை முதல் முறையா தரிசனம் பண்ணப்போற இல்ல...?”

"ஆமாம், தாத்தா"

"இது சாதாரணக் கோயில் இல்லம்மா. பூலோக வைகுந்தம்! வேற எங்கேயும் கருவறையைச் சுற்றி ஏழு சுற்றுகள் இருக்காது."

'காவேரி விரஜா சேயம், வைகுண்டம் ரங்கமந்திரம்,
பரவாசுதேவோ ரங்கேச, பிரத்யட்சம் பரமபதம்,
விமானம் பிரணவாகாரம், வேதச்ருங்கம் மகாத்புதம்,
ஸ்ரீரங்கசாயி பகவான் பிரணவார்த்த பிரவர்தகா'

அப்டின்னு சொல்லியிருக்கு. அதாவது காவேரியே புண்யநதி. அரங்கனின் இருப்பிடம் வைகுந்தம். பரவாசுதேவப் பரம்பொருள் ரங்கநாதர். விமானமே ஓம் எனும் பிரணவம். அதன் கலசங்கள்தான் வேதம். பள்ளிகொண்ட பெருமாளின் உருவம்தான் பிரணவம்! அவனே எல்லாம். எல்லாம் அவனே! ஏழு திருச்சுற்றுக்கும்கூட ஒரு அர்த்தம் உண்டு. அதை அப்புறம் சொல்றேன். ரங்கநாதனைக் கண்குளிரத் தரிசனம் பண்ணிட்டு வா. எத்தனையோ அதிசயங்களையும் சரித்திரங்களையும் தனக்குள்ள புதைச்சு வைத்திருக்கும் அற்புதமான கோயில் அது. பல மகான்கள் முக்தியடைஞ்ச ஸ்தலம். பலபேருக்குத் தெய்வம் பிரத்யட்சமா தரிசனம் கொடுத்த புண்ணிய ஸ்தலம். ஆண்டாளும், துலுக்க நாச்சியும் அவனோட பிரேம பக்தியில் கலந்த இடம்."

தாத்தா சொல்லச் சொல்ல, அவளது ஆர்வம் கூடியது.

வாணியும் ரஞ்சித்தும் ஒருவரோடு ஒருவர் பேசியபடி முன்னால் நடக்க, வாணியின் அம்மா சஞ்சனாவுக்குக் கோயிலைப் பற்றி விவரித்தபடி உடன் வந்தாள்.

"மிகப்பெரிய சரித்திரம் இந்த ரங்கநாதனுக்கு உண்டு. எத்தனையோ பேரரசர்கள் வழிபட்ட தெய்வம். தன் வகையா ஆளுக்குக் கொஞ்சம் கொஞ்சமா கட்டின இடங்கள்

அவங்கவங்க பெயராலேயே அழைக்கப்படறது. தவிர இந்தக் கோயில்மேலதான் எத்தனை படையெடுப்பு! எத்தனை பேர்கிட்டேர்ந்து இந்த அரங்கநாதனைக் காப்பாத்தியிருக்கா தெரியுமா, இவனை உயிரா நினைக்கிற அரையர்கள்! டெல்லி சுல்தான் ஒருதரம் இந்த அரங்கநாதனைத் தன் ஊருக்குக் கொண்டு போய்ட்டானாம். அரையர்கள் அவனைத் தேடிப் பிடிச்சு எப்டியோ திருப்பிக் கொண்டு வந்துட்டா.''

''அந்த அரையர்கள் இப்பவும் இருக்காங்களா?'' சஞ்சனா கேட்டாள்.

''ம்.... வம்சாவளிகள் இருக்காங்க. அரையர் சேவை இங்க ரொம்ப முக்கியமானது.''

''அவங்க யார்கிட்டயாவது உங்க அண்ணனைப்பத்தி சொல்லியிருந்தா ஒருவேளை தேடிக் கண்டுபிடிச்சுக் கூட்டிட்டு வந்திருப்பாங்களோ?''

சஞ்சனா சொல்ல, சித்ரா ஒரு க்ஷணம் சிலையாய் நின்றாள்.

''சாரி ஆன்ட்டி. உங்களைக் கஷ்டப்படுத்திட்டேனா?''

சஞ்சனா அவளைத் தொட, சகஜநிலைக்கு மீண்டவள் மெல்லச் சிரித்தாள்.

''அரையர்கள் ஆண்டவனைத்தான் தேடுவாங்க. எங்கண்ணா சாதாரண மனுஷன்தானே? இருந்தாலும் தோன்றது, அப்டி யாராவது அவனைத் தேடிப்பிடிச்சுக் கூட்டிண்டு வந்திருந்தா எவ்ளோ நன்னார்ந்திருக்கும்!''

''அவர் எப்டி காணாம போனார் ஆன்ட்டி..? சொல்லலாம்னா சொல்லுங்க. நா வற்புறுத்தல. கஷ்டமார்ந்தா விட்ருங்க...''

''இல்லம்மா. இதுக்கு பதில் ரெண்டு வார்த்தையில் சொல்லிட முடியாது. சந்தோஷமா கோயிலுக்குப் போறோம். நடுல எதுக்கு இந்தச் சங்கடம்? சாமி தரிசனம் பண்ணு. இந்த அரங்கனைக் காதலிக்காத பெண்ணே கிடையாது, தெரியுமோ?

என்ன... எல்லாராலயும் ஆண்டாளாகவோ மீராவாகவோ ஆகமுடியல. அவ்ளோதான். எல்லோரையும் அப்டி கட்டிப் போட்ருவான் எங்க ஸ்ரீரங்கன்.''

''அதையும் பார்ப்போம்... ஏற்கெனவே ஒருத்தனைக் காதலிக்க ஆரம்பிச்சாச்சு. உங்க ரங்கநாதனை வேணா நண்பனா ஏத்துக்கறேன்.''

''கல்யாணமே ஆகி இருந்தாலும் சரி, இவன் அழகுல ஒரு வினாடி சொக்கித்தான் போய்டுவோம். அப்புறம்தான் பக்தியெல்லாம்.''

சித்ரா சிரிக்க, சஞ்சனாவின் ஆர்வம் இன்னும் அதிகரித்தது. ''அதுசரி, உங்க ரங்கநாதனை எங்க ஆளையே காணும்?'' சித்ராவைச் சீண்டினாள்.

''ஊர்ல இல்ல. நாளன்னிக்கு வந்துடுவார்.'' சித்ரா பதில் சொன்னாள்.

திருச்சுற்றுக்களை ஒவ்வொன்றாகக் கடந்து கருவறையை அடைந்தார்கள். கூட்டம் ஓரளவுக்கு இருந்தாலும், அரைமணியில் உள்ளே செல்ல முடிந்தது.

ரங்கமண்டபத்தில் ரங்கா ரங்கா என்ற குரல்கள் உச்சஸ்தாயியில் ஒலிக்க, கருவறைக்குள் நுழைந்தபோது, சற்றே தேகம் நடுங்குவதை உணர்ந்தாள் சஞ்சனா. பாம்புப் படுக்கையின் மீது சர்ப்பங்கள் தலைப்பக்கம் குடை பிடித்திருக்க, பள்ளிகொண்ட பெரிய பெருமாள் முப்பதடி நீளக் கருவறையில் இருபதடிக்கும் மேலாக விஸ்வரூபமாய்க் கிடந்த காட்சி தாளமுடியாததாயிருந்தது. எந்த மானிடரிடத்தும் காணமுடியாத அவனது தெய்வீகப் பேரழகு கண்களைத் துளைத்தபடி உள்ளே சென்று ஆத்மாவை அசைத்தது.

எத்தனை அழகு... எத்தனை அழகு! மனசு மாய்ந்து போயிற்று. ஒரு வினாடி ஆண்டாள் மீதும் மீரா மீதும் பொறாமை ஏற்பட்டது. எத்தனை பாக்கியசாலிகள் அவர்கள்!

என்ற பெருமூச்சு ஏற்படத்தான் செய்தது. சஞ்சனா வைத்தகண் எடுக்காமல் அரங்கனைக் காலோடு தலை பார்த்தாள். அவனது முகத்தில் அவள் பார்வை நிலைத்தது. எவ்வளவு அழகான கண்கள்! அந்தக் கண்களின் ஒளியில் அவள் உடல் லேசாய் ஆடியது.

அந்த உருவத்தை மனதுக்குள் புதைத்துக் கொள்ளும் முயற்சியில் கண் மூடியபோது, அரங்கனுக்குப் பதிலாக உள்ளே பனிப்படலங்கள் ஏதோ தெரிய உற்று நோக்கினாள். வெள்ளிச் சிகரங்களாய்ச் சில பனிமலைகளுக்கிடையே ஒரு உருவம்... யார்... யாரது.. அவளுக்குப் புரியவில்லை. உடல் குளிரில் நடுங்குவது போலிருந்தது. கண்கள் மெல்லச் செருகின. தேகம் மெல்லச் சரிய, யாரோ அவளைத் தாங்கிப் பிடித்தார்கள்.

***

சுரீரென்று நீர் தெளிக்கப்பட, மெல்லக் கண்விழித்தவள் மலங்க மலங்கப் பார்த்தாள். ஆயிரங்கால் மண்டபத்தில் அவளைத் தன் மடியில் கிடத்திக் கவலையோடு பார்த்துக் கொண்டிருந்தாள் வாணியின் அம்மா. மற்றவர்கள் அவளைச் சுற்றிநின்று வாடிய முகத்தோடு பார்த்துக் கொண்டிருந்தார்கள்.

“என்னாச்சு, சஞ்சு... உடம்புக்கென்ன பண்ணித்து? திடீர்னு நீ தள்ளாடி விழுந்ததும் பதறிப்போய்ட்டோம்.”

சஞ்சனா எழுந்து உட்கார்ந்து வெட்கத்தோடு சித்ராவைப் பார்த்தாள்.

“நீங்க சொன்னது நிஜம்தான், ஆன்ட்டி! அந்த அழகு தாங்கத்தான் முடியல. ஆண்டாளை மாதிரி நம்மையும் ஏற்றுக்கொள்ள மாட்டானான்னு ஒரு ஏக்கம் வரத்தான் செய்யறது.”

சித்ரா சிரித்தாள்.

“இப்ப பரவால்லயா?”

“எனக்கு ஒண்ணுமில்ல. நாம்ப போலாம்.” சஞ்சனா எழுந்தாள்.

“வினீத்துக்கு வேணா தகவல் அனுப்பிடவா? சஞ்சனாவுக்கு வேற ஒருத்தர் மேல காதல் ஏற்பட்டுப் போச்சாம். நீ அனாவசியமா அவளுக்காகக் காத்திருக்க வேண்டாம்னு...”

“அடிப்பாவி...!”

சஞ்சனா பொய்க்கோபத்தோடு அவளைக் குத்தினாள். சிரித்தபடி அனைவரும் வீட்டுக்குக் கிளம்பினார்கள்.

“உங்க தாத்தா பாட்டிக்கு நா ஏதாவது பரிசு வாங்கித் தரணும் வாணி. என்ன வாங்கலாம், சொல்லேன்.” சித்திரை வீதியின் கடைத்தெருவில் வாணியிடம் கேட்டாள்.

“அதெல்லாம் எதுக்கு, சஞ்சு. ஒண்ணும் வேண்டாம், வா”

“கண்டிப்பா குடுக்கணும். வாங்காம நா வரமாட்டேன்.” சஞ்சனா ஒரு கடைக்குள் நுழைந்தாள். தாத்தாவுக்குக் கொஞ்சம் உபன்யாசக் குறுந்தகடுகளும், சங்கீதக் குறுந்தகடுகளும் வாங்கினாள். பாட்டிக்குச் சமையலறைப் பொருட்கள் சிலவற்றை வாங்கிக்கொண்டாள். கூடவே பழங்களும், இனிப்புகளும் வாங்கினாள். அனைத்தையும் தாத்தா பாட்டியின் கையில் கொடுத்து நமஸ்கரித்தாள்.

“இதெல்லாம் எதுக்கும்மா?”

“பெரியவங்களை வெறும்கையோட பார்க்கக்கூடாதுன்னு சொல்வாங்க.”

“அப்பா ஒரு விஷயம் தெரியுமா? நம்ம மன்னியாட்டம் சஞ்சனாவும் கருவறைக்குள் மயங்கி விழுந்துட்டா...” சித்ரா சொல்ல, தாத்தா திகைப்போடு சஞ்சனாவைப் பார்த்தார்.

“அப்டியா..! என்னாச்சு?”

"ஒண்ணுல்ல. லேசான பக்தி மயக்கம்தான். அதுசரி, யாரந்த மன்னி? அவங்களும் மயங்கி விழுந்தாங்கன்னா... சொன்னீங்க?"

"அதொண்ணுமில்ல. அப்புறமா விவரமா சொல்றேன். பசிக்கிறது. சாப்ட்டுட்டுப் பேசலாமே.."

சித்ரா அவசரமாக உள்ளே போனாள். தாத்தாவின் எதிரில் பேசுவதை அவள் தவிர்ப்பதாகத் தோன்றியது சஞ்சனாவிற்கு.

அன்றிரவு வெகுநேரம் மாடியில் காற்று வாங்கியபடி நின்றிருந்தவளிடம் வந்தாள், சித்ரா.

"அப்பாக்கு எதிரே பேசக்கூடாதுன்னு நினைச்சாலும் சிலநேரம் எப்டியோ ஏதாவது ஒருசில வார்த்தைகள் வாய்லேர்ந்து வந்துடறது."

"உங்கண்ணா கல்யாணமானவரா...? மன்னின்னு நீங்க சொன்னது யாரை?"

"பிரணவ் அப்பாக்கு ஒரே பிள்ளை. எங்களுக்கெல்லாம் மூத்தவன். ரொம்ப நல்லாப் படிப்பான். அவன் அறிவும் திறமையும் வீண் போகாம அமெரிக்காவில் மேற்படிப்புப் படிக்கறதுக்கான வாய்ப்புக் கிடைச்சுது. பத்தொன்பது வயசுல அவன் அமெரிக்கா போகும்போது அவனைப் பார்த்ததுதான். அங்கேயே வேலையும் கிடைச்சுது. எங்க ரெண்டுபேருக்கும் கல்யாணம் பண்ணி வெக்கற பொறுப்பு இருந்ததால் பணம் செலவழிக்கப் பயந்துண்டு இந்தியாவுக்குக்கூட வரமாட்டான். என் கல்யாணம் நிச்சயமான பிறகு ஒருவழியா வரேன்னு சொல்லியிருந்தான். அவனை அமெரிக்கா அனுப்பறதுக்காக அப்பா எத்தனையோ கஷ்டப்பட்டார். நாங்கள்லாம் எவ்வளவோ தேவைகளை அவனுடைய வளர்ச்சிக்காக விட்டுக்கொடுத்திருக்கோம். எங்களோட விடிவெள்ளியே அவன்தான்னு நினைச்சிருந்த சமயத்துலதான் ஒருநாள் அப்பாவுக்கு லேசான மாரடைப்பு ஏற்பட்டது. பதறிப்போய் ஆஸ்பத்திரியில் சேர்த்தோம். பிரணவ் அண்ணாக்குத் தகவல்

சொல்லலாம்னு நினைச்ச எங்களை அப்பா கூடாதுன்னு தடுத்துட்டார்.

'இது சாதாரண விஷயம்தான். சரியாப் போய்டும். எத்தனையோ ஆயிரம் மைல்களுக்கப்பால் நம்ம குடும்பத்துக்காகத் தன்னந்தனியா உழைக்கறவன்கிட்ட இதையெல்லாம் சொன்னா அவன் மனசு பதறும். கவனம் சிதறும். பணத்தைச் செலவழித்துக் கொண்டு ஓடிவருவான். தயவுசெய்து அவன்கிட்ட சொல்லவேண்டாம்'னு தடுத்துட்டார். உடனடியா கவனிச்சதால அவர் சொன்னபடி அவர் உடம்பு சரியாய்டுத்து அபாயக் கட்டமும் தாண்டிட்டதா சொன்னார் மருத்துவர். அதனால பிரணவ்க்கு நாங்க சொல்லலை. அதேநேரம் பிரணவ் இங்க ஃபோன் பண்ணியிருக்கான். வீட்ல யாரும் ஃபோன் எடுக்கலைன்னதும் தன் பால்ய சிநேகிதனான என் புருஷனுக்குப் ஃபோன் பண்ணி வீட்ல ஏன் யாரும் ஃபோன் எடுக்கலன்னு கேட்டதும், இவர் உண்மையை அவன்கிட்ட சொல்லிட்டார். அப்போ நானும் இவரும் காதலிச்சுண்டிருந்தோம். ரெண்டுபேர் வீட்டுக்கும் தெரியாது. பிரணவ் அண்ணாக்கே தெரியாது. அப்பாவோட உடம்பைப் பத்தி இவர் மூலம் தெரிஞ்சுண்டதும் பிரணவ் பதறிப்போய்ட்டானாம். உடனே இந்தியா கிளம்பிவரேன்னு தகவல் சொல்லியிருக்கான். அவன் வரப் போறான்னு காத்திருந்த எங்களுக்கெல்லாம் கிடைச்சது ஏமாற்றம்தான். அவன் வரல. ஏன் வரலைன்னு அவங்கிட்டேர்ந்து தகவலும் இல்ல. ஒருவேளை லீவு கிடைக்கலையோ என்னவோ, அல்லது அவசரவேலை ஏதாவது வந்து வரமுடியாம போயிருக்கும்னு நாங்களே சமாதானப்படுத்திண்டோம். ஆனா அதுக்கப்புறம்தான் அந்த அதிர்ச்சியான தகவல் எங்களுக்குத் தெரியவந்தது.''

சித்ரா நிறுத்திவிட்டுப் பெருமூச்சு விட, சஞ்சனா திகைப்போடு அவளையே பார்த்தாள்.

❋❋❋

அத்தியாயம் 12

எட்டாம் நாள் நிலவு மேகத்திட்டுகளுக்கு இடையில் நகர்ந்து கொண்டிருந்த வேளையில் யாருடைய வீட்டிலிருந்தோ தொட்டில் குழந்தை ஒன்று வீறிட்டழும் ஓசை கேட்டது. சஞ்சனா வாணியின் தாய் தொடர்வதற்காகக் காத்திருந்தாள்.

"ஏதோ காரணத்தினால் பிரணவ் அண்ணா வரல போல இருக்குன்னு நாங்க சமாதானப்படுத்திக்கொண்ட சமயம், எட்டு ஒன்பது மாதம் கழித்து வீட்டு வாசல்ல ஒரு ஆட்டோ வந்து நின்னுது. கண்ணைப் பறிக்கிற ஒரு நிறமும் அழகுமா ஒரு பெண் அதிலேர்ந்து இறங்கினா. பார்த்தப்போ நேரா எங்க வீட்டுக்குள்ளதான் நுழைஞ்சா. தன்னைப் பிரணவோட அமெரிக்க சிநேகிதின்னு அறிமுகப்படுத்திக்கொண்டாள். பிரணவ்வுக்கு ஆபீஸ்ல ஏதோ வேலை, அதனால வரமுடியலன்னு சொன்னா. அப்பா அவளைப்பத்தி விசாரிச்சப்போ தனக்குக் கல்யாணம் ஆகிவிட்டதா சொன்னா. ஏதோ வேலையா இந்தியாவுக்கு வந்த தன் புருஷன் திரும்பி அமெரிக்காவுக்கு வரவே இல்லைன்னும், அவரைத் தேடிக்கொண்டுதான், தான் இந்தியாவுக்கு வந்திருப்பதாகவும் சொன்னப்ப அப்பா ரொம்பவே உருகிப்போய்ட்டார். எங்களுக்கெல்லாம் அய்யோ பாவமா இருந்தது."

சஞ்சனா அதிர்ச்சியோடு அவளைப் பார்த்தநேரம் மாடிப்படியில் யாரோ ஏறிவரும் ஓசை கேட்க, சித்ரா பேச்சை நிறுத்திவிட்டாள்.

''இங்கேயாம்மா இருக்கேள் ரெண்டு பேரும்?'' தாத்தாவைக் கண்டதும் சஞ்சனா எழுந்து சென்று அவரைக் கைப்பிடித்து அழைத்து வந்தாள்.

''தூக்கம் வரலையா? பேச்சுச் சத்தம் கேட்டுதேன்னு மாடிக்கு வந்தேன்.''

''ஒண்ணுல்லப்பா, சஞ்சனாக்குத் தூக்கம் வரல. ஸ்ரீரங்கம் பெருமை எல்லாம் அவகிட்ட சொல்லிண்டிருந்தேன்.''

''ஆமாம் தாத்தா. நீங்ககூட ஏதோ ஏழு சுற்றுகளைப் பத்தி சொல்றதா சொன்னிங்களே...''

''ஆமாம். ஸ்ரீரங்கம் கோவிலுடைய அமைப்புக்கும் நம்ம சரீரத்துக்கும் ஒரு சம்பந்தமிருக்கு. நம்ம உடம்புலயும் ஏழு சக்கரங்கள் இருக்கு. மூலாதாரச் சக்கரம் இரண்டு தொடைக்கும் நடுவில் இருக்கு. இங்க இருக்கிற நம்முடைய குண்டலினி சக்தி ஒவ்வொரு சக்கரமா எழும்பி மேல போனாத்தான் நாம உன்னத நிலையை அடையறோம்னு அர்த்தம். அது கீழ்நோக்கி இறங்கினா சிற்றின்பம். மேல்நோக்கி ஏற ஏறப் பேரின்பம். மூலாதாரத்துக்கு மேல சுவாதிஷ்டானம். அதுக்குமேல மார்பும் இடுப்பும் சேருமிடத்தில் மணிபூரகம். நடுமார்பில் அனாஹதம், கண்டத்தில் விஷக்தி. புருவமத்தியில் ஆக்ஞா, உச்சந்தலையில் சஹஸ்ராரம். பரம ஞானிகளுடைய உயிர் எல்லாம் இந்த சஹஸ்ராரதளத்தைத் துளைச்சுண்டுதான் முழு உடலைப் பிரிஞ்சிருக்கு. கபால மோட்சம்னு கேள்விப்பட்டிருக்கயா? குண்டலினி மெல்ல மேல ஏறிச் சிரசை அடையறாப்போல ஏழாம் சுற்றிலிருந்து கொஞ்சம் கொஞ்சமா முன்னேறிச் சென்றால்தான் முதல் சுற்றைக் கடந்து கருவறைக்குள்ள இருக்கிற மூலவரைத் தரிசிக்க முடியும். தெய்வத்தைக் காணப் போகிறோம்ங்கற பரவசம் குண்டலினி ஏறுவதுபோல ஒவ்வொரு சுற்றும் நடக்கும்போது மெதுமெதுவாக் கூடும். வேற நினைப்பே நமக்கு ஏற்படாது. அதாவது நம்ம மனசு மேன்மையை நோக்கிப் போறதுன்னு எடுத்துக்கலாம். வாழ்க்கைங்கறதும் அப்டிதான்.

நம்ம லட்சியத்தை நோக்கி முன்னேறுகிற அதேநேரம் நாம மேன்மையடையவும் முயற்சிக்கணும். இதைத்தான் இந்த ஸ்ரீரங்கம் திருச்சுற்றுகள் நமக்கு மறைமுகமாகச் சொல்றது.''

சஞ்சனா விழிவிரியக் கேட்டாள். எவ்வளவு அழகாகப் பேசுகிறார் என்று வியந்தாள். எத்தனை நல்ல மனிதர்கள்! இவர்களை எல்லாம் விட்டுவிட்டு எங்கேதான் போனான், அவரது பிள்ளை பிரணவ்?

''ரொம்பநாள் கழிச்சு, நீ கேட்டதனாலயோ என்னமோ, எனக்கு என் பிள்ளை ஞாபகம் வந்துடுத்து. அதான் தூக்கம் வராம உலாத்திண்டிருந்தேன்.''

''சாரி தாத்தா, எனக்கு விஷயம் தெரியாது.''

''பரவால்லம்மா... என் வீட்டுத்துக்கம் உனக்கெப்படித் தெரியும்? உன்கிட்ட சொல்றதுக்கென்ன... துக்கத்தைப் பகிர்ந்துக்கறதுல கொஞ்சம் பாரம் குறையறதான்னு பாக்கறேன்.''

''அப்பா! நீங்க எதுக்கு இப்பொ அதைப்பத்திப் பேசி வேதனைப்படணும். உங்க உடம்புக்கும் அது நல்லதில்ல. நாம கீழ போகலாம், வாங்கோ.'' சித்ரா கவலையோடு சொல்ல, ஜெயராமன் அவளைக் கையமர்த்தினார்.

''பாதி நீ சொல்லியாச்சு. மீதிப் பாதியை நா சொல்லிடறேன்.'' குறுஞ்சிரிப்புடன் அவர் சொல்ல, சித்ரா அசடுவழியப் பார்த்தாள்.

''பிரணவோட சிநேகிதின்னு வீட்டுக்கு வந்தாளே... அவ பேரு நிருபமா..''

தாத்தா சொல்ல, சஞ்சனா அதிர்ந்தாள். ''என்ன. என்ன பேர் சொன்னிங்க?''

''நிருபமா...''

சஞ்சனா சிலையானாள். அந்த நிருபமாவும் இவளும் ஒன்றா... அல்லது இரண்டு பேருக்கும் அதிசயமாக ஒரே பெயரா? அவள் யோசனையோடு அவரைப் பார்த்தாள்.

“பிரணவோட எடுத்த சில வீடியோ காட்சிகளை அவ கையோட கொண்டு வந்திருந்தா. உங்க பிள்ளையப் பாருங்களேன்னு சொல்லிக் கொடுத்தா. அதை ஓடவிட்டுப் பார்த்தப்போதான் அதிர்ச்சியான ஒரு உண்மை எங்களுக்குத் தெரியவந்தது. அமெரிக்கால என் பிள்ளைக்கு நடந்த திடீர்க்கல்யாணத்தை அந்த வீடியோல நாங்க பார்த்தப்போ, அதைவிட அதிர்ச்சியான ஒரு விஷயமும் அதுல இருந்தது. அவன் கல்யாணம் செய்துகொண்ட பெண் வேறு யாருமில்ல, நிருபமாதான். தன் புருஷனைக் காணாம தேடிட்டு வந்திருக்கற நிருபமா வேற யாருமில்ல. என் மாட்டுப்பொண்தான்ற அதிர்ச்சி ஒரு பக்கம், காணாம போனது என் பிள்ளைங்கிற அதிர்ச்சி இன்னொரு பக்கம். அப்பவே என் உசிர் ஏன் போகலங்கறது இன்னிவரை ஒரு விடை தெரியாத புதிர்தான். குற்ற உணர்வில்தான் என்னை விட்டுவெச்சிருக்கானோன்னு தோணும் சில நேரம்.”

“உங்களுக்கே தெரியாம உங்க பிள்ளையைத் திருட்டுக் கல்யாணம் பண்ணிக்கிட்டு உங்க வீட்டுக்கே சிநேகிதிங்கற பெயரில் வந்து நின்ன அந்த நிருபமா மேல உங்களுக்குக் கோபம் வரலையா, தாத்தா?”

“நீ கேட்ட மாதிரிதான் அவளும் கேட்டா. தன்மேல எனக்குக் கோபமோ வெறுப்போ வரலையான்னு. ஒரு கல்யாணம் எப்டி நடந்தாலும், தெய்வ அனுக்கிரகம் இருந்தாதான் ஒரு பெண் கழுத்துல ஒரு ஆணால் தாலி கட்ட முடியும். எல்லாரோட விதியையும் எழுதி வெச்சுட்டுத்தானே கடவுள் மனுஷனைப் படைக்கறான்..? தவிர, அந்தப் பொண்ணு பிரணவோட குடும்ப பாரத்தைப் பகிர்ந்துக்கிற நோக்கத்துலதான் கல்யாணம் பண்ணிண்டிருக்கான்னு தெரிஞ்ச பிறகு அவமேல கோபம் எப்டி வரும்? அவன் காணாமப்போன துக்கம் எங்களைவிட அவளுக்கல்லவா அதிகம்? அதனால அதிகமா பாதிக்கப்பட்டதும் அவதானே. அது சாதாரணப் பெண்ணில்லம்மா. மனசு முழுக்க அன்பைத்தவிர வேற எதுவும் கிடையாது. விரோதிக்குக்

கொடுக்கக்கூட அன்பு மட்டும்தான் அவகிட்ட இருக்கும். அப்டி ஒரு தெய்வீகப் பெண். இந்த மாதிரி ஒரு பெண்ணைச் சாதாரண லௌகீக வாழ்க்கை வாழவிடுவானா கடவுள்? அதனாலதான் காதல்லேர்ந்து திசை திருப்பித் தன்னை நோக்கி அவளை வரச் செய்யணும்னு முடிவு செய்துட்டான் போலிருக்கு. சம்சாரபந்தம் போதும்னு நினைக்கிறவாதான் காமத்தை விட்டுட்டு கடவுளை நோக்கி மனசைத் திருப்புவா. ஆனா வாழவேண்டிய வயசுலேயே அந்தப் பக்குவத்துக்கு வந்துட்ட அந்தப் பெண், தெய்வத்தோட குழந்தைன்னுதான் சொல்லணும்.''

தாத்தா நிருபமாவை நினைத்தபடி சில வினாடிகள் மௌனமாயிருந்தார்.

சஞ்சனா மிகப் பெரியதொரு உண்மையின் விளிம்பில் தான் நிற்பதாக உணர்ந்தாள். வினீத்தின் பிறந்தநாள் விழாவில் கண்ட நிருபமாவும் இந்த நிருபமாவும் ஒருவரா? வேறுவேறா? அவர்கள் ஒருவராக இருக்கும்பட்சத்தில் காணாமல் போனதாகக் கூறப்படும் இவரது மகன்தான் அப்பாவா?

அவள் மூச்சே நின்றுவிடும் போலிருந்தது. சந்தேகத்திற்கு இடமின்றி இதைத் தெரிந்துகொள்ளாவிட்டால் மண்டையே வெடித்துவிடும் போலிருந்தது. ஒருவேளை இரண்டு நிருபமாவும் ஒருவர்தான் எனத் தெரிந்துவிட்டால் என்ன செய்யப் போகிறோம்? காணாமல் போன உங்கள் மகன்தான் என் அப்பா என்று தாத்தாவிடம் உண்மையைக் கூறிவிட முடியுமா?

இத்தனை நல்ல மனித உறவுகளிருந்தும் ஒருவருடைய உறவும் வேண்டாமென்று உதறி, தன்னை நம்பி வந்தவளையும் ஏமாற்றி, பேரை மாற்றி ஊரை மாற்றி ஒதுங்கி வாழும் தந்தையின் இந்தச் செயலுக்கு என்ன காரணம்?

இது தெரியாமல் உண்மையைத் தாத்தாவிடம் கூறினால் அவர்கள் உடனே அப்பாவைக் காணத் துடிக்கக்கூடும். அதேநேரம் அப்பா அவர்களைக் கண்டு ஆனந்தப்படுவாரா,

அவமானப்படுத்தப்படுவாரா, என்று தெரியவில்லை. எதுவாக இருந்தாலும் அப்பாவின் செயலுக்குக் காரணம் தெரியும்வரை இது குறித்து யாரிடமும் பேசாமலிருப்பதுதான் நல்லது எனத் தோன்றியது. அதற்குமுன் இவர்கள் சொல்லும் நிருபமா யாரென அறியவேண்டும்.

"உங்ககிட்ட இன்னும் அந்த வீடியோ படங்கள் இருக்கா? அந்த தெய்வீகப் பெண்ணை ஒருமுறை நானும் பார்க்கலாமா?"

"பத்திரமா இருக்கு. பிரணவையும் நிருபமாவையும் பார்க்கணும்னு தோணினா, அதைத்தான் போட்டுப் பார்ப்போம்."

"அவங்களை நினைச்சாப் போதும். நாலு நாளாகும் அப்பாவோட மனநிலை சரியாக. அதனால்தான் அண்ணாவோட புகைப்படங்களைக்கூட எடுத்து உள்ளே வெச்சுட்டோம்."

"எத்தனை காலமானாலும் இந்தத் துக்கம் நீர்த்துப்போகாது, சித்ரா. என் பிள்ளையைக் கைப்பிடிச்ச நேரம், ஒரு பெண்ணோட வாழ்க்கையும் ஒண்ணுமில்லாமப் போய்ட்டதை நினைக்கும்போது எப்டி சங்கடப்படாம இருக்கமுடியும்? நானும் ரெண்டு பெண்களைப் பெத்தவன்தானே...!"

"நிருபமா இப்போ எங்கே இருக்காங்க?"

"தெரியாது. அவளா எங்கேர்ந்தாவது பேசினா உண்டு. வருஷத்துக்கொரு தரம் புதுவருஷ வாழ்த்து வரும் அவகிட்டேர்ந்து. முதல்ல ஒரு நாலஞ்சு வருஷம் எங்க இருந்தாவது ஃபோன் பண்ணுவா. ஆனா ஒருமுறை சொன்னா. 'உங்ககிட்டல்லாம் பேசினா அங்க வரணும்னு மனசு துடிக்கிறதுப்பா. இனிமே நா பேசலன்னா கவலைப்படாதீங்க. நா உயிரோட இருக்கிறவரை உங்களுக்குப் புதுவருஷ வாழ்த்து அனுப்புவேன்'னு சொன்னா.

'நா ஒருவேளை இறந்துட்டேன்னா உனக்கு எப்டி சொல்றது நிருபமா'ன்னு நா கேட்டதற்கு, அவ சொன்ன பதில் எனக்கு இன்னமும் காதுல இருக்கு.

'நிச்சயமா உங்களுக்கு இன்னும் நிறைய ஆயுள் இருக்குப்பா. உங்க பிள்ளையை ஒருநாள் இல்லாட்டா ஒருநாள் நீங்க நிச்சயம் பார்க்கத்தான் போறீங்க. அதுவரை கண்டிப்பா எமன் உங்களை நெருங்கி வரவே மாட்டான்'னு அவ சொன்னது அசரீரிவாக்கு மாதிரிதான் தோணுறது. அவ்ளோ தீர்மானம் அந்தக் குரல்ல...''

சஞ்சனாவின் இதயத்துடிப்பு அதிகமாயிற்று. விடியும்வரை தன் ஆர்வத்தைக் கட்டுப்படுத்தியே ஆகவேண்டும் என்பதால் தாத்தாவைப் பரிதாபமாகப் பார்த்தாள்.

''மணி ஒண்ணாகப் போறது. பேயும் உறங்கற நேரம். போய்ப் படுக்கலாம்.'' தாத்தா எழுந்தார். அவர் பின்னால் இருவரும் இறங்கினார்கள். நீண்ட கூடத்தில் சஞ்சனாவுக்கு மெத்தை விரித்திருந்தது. படுப்பதற்குமுன் தாத்தாவின் கையிலிருந்த குழந்தையை இன்னொரு முறை உற்றுப் பார்க்கும் உந்துதல் ஏற்பட, அந்தப் புகைப்படத்தினருகில் சென்றாள். அந்தக் குழந்தையின் முகத்தை உற்று உற்றுப் பார்த்தாள். அப்பா மாதிரியும் இருந்தது. வேறு மாதிரியும் இருந்தது. மிகச் சிறிய குழந்தை என்பதால் அந்த முகத்தை வைத்து ஒரு முடிவுக்கு வரமுடியவில்லை.

அதைத் தவிர பிரணவின் வேறு எந்தப் புகைப்படமும் அங்கு இல்லை. பிரணவ்...! எவ்வளவு அழகான பெயர். பெயரைக் கூடவா ஒரு மனிதர் மாற்றிக்கொள்வார்...? எதனால் இப்படி உறவுகளே வேண்டாம் என்று மறைந்து வாழ்கிறார்? ஒருவேளை கடன் தொல்லையா? நல்ல வேலையில்தானே இருந்திருக்கிறார். பணக்கஷ்டம் இருந்தாற்போல் தெரியவில்லையே... ஏதாவது குற்றம் செய்துவிட்டு மாட்டிக் கொள்ளாமலிருக்கத் தலைமறைவாகி விட்டாரா..? கடவுளே! அப்பாவிடம் மறைந்து கிடக்கும் மர்மம்தான் என்ன?

தவித்தது அவள் மனசு.

ஏதேதோ நினைப்பில் வெகுநேரம் தூக்கம் வரவில்லை. பின்னிரவில் உறங்கி அவள் கண்விழித்தபோது, விடிந்து

வெகுநேரமாகியிருந்தது. அசந்து உறங்கிக்கொண்டிருந்தவளை யாரும் எழுப்பவில்லை. மெல்லிய கூச்சத்தோடு எழுந்து படுக்கையைச் சுருட்டி வைத்துவிட்டுக் குளியலறைக்குச் சென்றாள்.

காலைச் சிற்றுண்டி சாப்பிட்ட பிறகு, வாணியும் ரஞ்சித்தும் தங்கள் உறவினர் ஒருவர் வீட்டிற்குக் கிளம்பிச் செல்ல, சஞ்சனா தாத்தாவிடம் வந்தாள்.

“அந்த வீடியோவைப் பார்க்கலாமா, தாத்தா?”

“பார்க்கலாமே.” அவர் பீரோவில் பொக்கிஷமாய்ப் பாதுகாத்து வைத்திருந்த குறுந்தகட்டை எடுத்து அதற்குரிய மின்னணு இயக்கியில் பொருத்தி ஓடவிட்டார். தொலைக்காட்சிப் பெட்டியின் திரையில் சில வினாடிகளில் வெளிச்சம் படர்ந்த மறுவினாடி மின்சாரம் நின்று போயிற்று.

அட ராமா! சஞ்சனா இதை எதிர்பார்க்கவில்லை. உண்மை உடையப்போகும் நேரத்தில் இப்படியா கடவுள் சோதிக்க வேண்டும்? மனசுக்குள் நொந்து கொண்டாள். உள்ளுக்கும் வாசலுக்கும் குட்டிபோட்ட பூனை மாதிரி நடந்தாள்.

“இப்பல்லாம் அடிக்கடி இப்டிதான் மின்சாரம் போயிடறது. எங்களுக்குப் பழகிப் போயாச்சு. ஒருமணி நேரத்துல வந்துடும்.” தாத்தா சொன்னார்.

அவர் சொன்னது போல ஒருமணிநேரம் கழித்து மின்சாரம் வர, ஓடிப்போய் உட்கார்ந்தாள். தொலைக்காட்சித்திரை உயிர் பெற்றது. காட்சிகள் ஓடத் துவங்கிய சில நிமிடங்களிலேயே அவளது கேள்விகளுக்கு விடை கிடைத்துவிட்டது. ஸ்தம்பித்துப்போய் அமர்ந்திருந்தாள் அவள். வினீத்தின் பிறந்தநாள் காட்சிகள் திரையில் ஓடிக்கொண்டிருக்க, அப்பாவும் நிருபமாவும் குளோசப்பில் மாலையும் மோதிரமும் மாற்றிக் கொண்டார்கள்.

***

அத்தியாயம் 13

செல்போன் விடாமல் அடித்தது. அனைவரும் கூடத்தில் காலை டிபன் சாப்பிட்டுக் கொண்டிருந்தார்கள்.

"யாரோட மொபைல் அடிக்கிறது?"

"தெரியலையே..."

ஒவ்வொருவராய் எழுந்து சென்று பார்த்துவிட்டு, உதடு பிதுக்க, சஞ்சனா ஓடிச்சென்று தன் மொபைலை எடுத்தாள். திரையில் வினீத்தின் முகம் ஒளிர்ந்து கொண்டிருந்தது. தொடர்புகொள்ளும் பட்டனை அழுத்தி, "ஹலோ வினீத்..." என்றாள்.

"என் பேர் ஞாபகத்துல இருக்கா? பரவால்லயே...!"

"விளையாடாதே, வினீத்."

"எப்டியிருக்கு ஸ்ரீரங்கம்? கிளம்பிவர மனசிருக்கா இல்லையா?"

"நிஜமாவே மனசில்ல."

"அப்டின்னா அடுத்த விமானத்தைப் பிடிச்சு நா அங்க வரவா? மலைக்கோட்டை, காவேரி, கல்லணை, கொள்ளிடம், அம்மா மண்டபம்னு அங்கேயும் காதலிக்கறதுக்கு அழகான இடங்கள் இருக்கு."

"வேண்டாம்... வேண்டாம். இன்னும் இரண்டு நாள் பொறுத்துக்கோ... நாம மெரீனா பீச்சுலயே டூயட் பாடலாம்."

"வாணியோட வீடு எப்டி...? அவங்க உறவுக்காரங்க எல்லாரும் நல்லா பழகறாங்களா? அதான் என்னைக்கூட மறந்துட்டு அவங்களோட ஊர் சுத்திட்ருக்கயா?"

"உண்மையிலேயே எனக்கு இங்க பொழுதுபோறதே தெரியல, வினீத். என்னமோ என் சொந்தத் தாத்தா, பாட்டி வீட்டுக்கு வந்திருக்காப்போல இருக்கு."

"சரி சரி. நாளன்னிக்கு கிளம்பிவர்ற வழியைப் பார். என் வீட்டுப் பாசமலருக்கு உன்னை உடனே பார்க்கணுமாம். எப்போ வருவாங்கன்னு பிடுங்கிட்ருக்கா. தவிர எனக்கு உங்கிட்ட நிறைய விஷயம் பேசணும், சஞ்சு."

"எனக்கும்தான்."

சஞ்சனா ஃபோனை வைத்தாள்.

"யாரு சஞ்சு... வினீத்தா...?" வாணி கேட்டபடி கண்ணடித்தாள். "தனிமை ரொம்ப போரடிக்குதாமா? உடனே வான்னு மிரட்டறானா?"

சஞ்சனா வெட்கத்துடன் சிரித்தாள்.

"தாத்தா, சஞ்சனா எங்ககூடப் படிச்ச வினீத்னு ஒரு ஆளைக் காதலிக்கறா. கூடிய சீக்கிரம் கல்யாணம்தான்."

"அப்டியாம்மா... சந்தோஷம். ரெண்டு பேரும் நன்னார்க்கணும்..."

"எங்க ஸ்ரீரங்கநாதன்கிட்ட உன் காதல் விஷயத்தைச் சொல்லி வேண்டிக்கோ, சஞ்சனா. நல்லபடியா உன் கல்யாணத்தை அவன் நடத்தி வெப்பான்."

"ஆமாமா... எங்கம்மாவோட காதலைக்கூட அவன்தான் நிறைவேத்தி வெச்சானாம். எங்கப்பாவோட அப்பா லேசுல சம்மதிக்கலயாம். எங்கம்மா தினமும் கோயிலுக்குப் போய், பள்ளிகொண்ட பெருமானைத் தூங்க விடாம பிடுங்கிப்

பிடுங்கி... போனாப் போறதுன்னு அவன் எங்கப்பாவோட அப்பா மனசு மாறுவதற்கு அனுக்கிரகம் பண்ணிட்டான்.''

வாணி கிண்டலடிக்க, சஞ்சனா சித்ராவைத் திரும்பிப் பார்த்தாள். ''உங்க மாமானார் மனசு எப்டி மாறித்து, ஆன்ட்டி?''

''ஒருநாள் காவேரிக் கரையில அப்பாகிட்டே நிருபமா மன்னி வாழ்க்கையைப் பத்தி ஏதேதோ கேள்வி கேட்டுண்ருந்தா. வேதத்துல வாழ்க்கையைப் பத்தி என்ன சொல்லியிருக்குன்னு அப்பா எல்லாருக்கும் விளக்கிச் சொல்லிக் கொண்டிருந்தார். அப்டியே பேச்சு ஆத்மாவைப் பத்தி திரும்பியது. மனிதன் எங்கேர்ந்து உருவாகி எப்டி கருவுக்குள்ள புகுந்து பிறப்பெடுக்கறான்னு சொல்லி, எப்டி ஒரு மனுஷன் அன்புமயமா வாழணும்னு சொல்லிண்ட்ருந்தப்போ கொஞ்சதூரத்துல உட்கார்ந்து அப்பா சொன்னதையெல்லாம் கேட்டுக்கொண்டிருந்த எங்க மாமனார் திடீர்னு வந்து அப்பாவோட கால்ல விழுந்துட்டார். 'என் மனசுல இருந்த ஜாதி மதம் அக்ஞானம்ங்கற குப்பையெல்லாம் உன் காலடில கொட்டிட்டேன். நீ பேசினதெல்லாம் சாதாரண விஷயமில்ல. எனக்குக் கிடைச்ச கீதோபதேசம். இனிமே சித்ராதான் என் மருமகள்'னு சத்தியம் பண்ணிக்கொடுத்தார்.''

சித்ரா சொன்னதும் சஞ்சனா தாத்தாவை வியப்போடு பார்த்தாள்.

''சாயங்காலம் நாம எல்லோரும் காவேரிக்கரைக்குப் போகலாமே.''

''போகலாமே... வேண்டிய டிபனையும் கலந்த சாதத்தையும் செய்து எடுத்துக் கொண்டு போய்டுவோம். காவேரில நல்ல வெள்ளமும் ஓடறது. நிலா வெளிச்சத்துல நதியோட அழகைப் பார்த்தபடி சாப்ட்டு எத்தனையோ காலமாறது. இன்னிக்கு சாப்டுவோம்.'' தாத்தா புன்னகைத்தார்.

அன்று மாலை அனைவரும் மிகுந்த உற்சாகத்தோடு காவேரிக் கரைக்குக் கிளம்பினார்கள். காவேரியில் வெள்ளம்

சுழித்துக் கொண்டு ஓடியது. படித்துறையில் நிறையப்பேர் துவைத்துக் குளித்துக் கொண்டிருந்தார்கள். அந்திச் சூரியனின் ஒளியில் காவேரி பொன்னிறம் பூசிக் கொண்டிருந்தாள்.

தாத்தாவும் பாட்டியும் மணலில் ஒருபுறமாய் அமர, மற்றவர்கள் நதியில் இறங்கினார்கள். நீரின் தன்மை இதமாய்க் கால்களைத் தழுவப் படித்துறையில் அமர்ந்தபடி பேசிக்கொண்டிருந்தனர். சற்று நேரம் அவர்களோடு அமர்ந்து அரட்டை அடித்துக் கொண்டிருந்த சஞ்சனா மெல்லத் திரும்பித் தூரத்தில் அமர்ந்திருந்த தாத்தாவையும் பாட்டியையும் பார்த்தாள். பேசிக்கொண்டிருந்தவர்களிடமிருந்து மெல்ல நழுவித் தாத்தாவை நோக்கி நடந்தாள்.

"என்னம்மா, வந்துட்ட.. போதும்னு தோணிடுத்தா?"

"நாளைக்கழிச்சு நா கிளம்பிடப் போறேன். உங்ககூட கொஞ்சநாழி பேசற சந்தர்ப்பம் இனி எப்பொ கிடைக்கப்போறது!"

"ஏன், நாங்க எங்க போய்டப் போறோம். எப்போ வேணா நீ இங்க வரலாம். நீயும் என் பேத்தி மாதிரிதான்."

சஞ்சனா தாத்தாவையே பார்த்தாள். 'நான் உண்மையாகவே உங்கள் பேத்திதான் என்பது தெரிந்தால் கோபப்படுவீர்களா? சந்தோஷப்படுவீர்களா? வெறுத்து ஒதுக்குவீர்களா?' மனதுக்குள் நினைத்தபடி மௌனமாய்ப் பார்த்தாள்.

"என்ன யோசனைம்மா?"

"நா உங்க மடில தலைவெச்சுப் படுத்துக்கவா, பாட்டி?"

"படுத்துக்கோயேன்." பாட்டி சரியாய் அமர்ந்துகொள்ள அவள் மடியில் படுத்தாள். கட்டுப்படுத்த முடியாமல் கண்ணீர் பெருக, மெல்லிய விசும்பல் அவளிடமிருந்து எழும்ப, அவள் தேகம் குலுங்கியது. பாட்டி பதறிப் போனாள்.

"என்னாச்சு, சஞ்சனா?"

தாத்தா ஒன்றும் புரியாமல் அவளைப் பார்த்தார்.

“தெரியல, பாட்டி. எனக்கு அழணும்போல இருக்கு. உங்க எல்லாரையும் பிரிஞ்சு போகறதுல எனக்கு நிறையச் சங்கடம் இருக்கு. இப்டி ஒரு அன்பு இதுவரை எனக்குக் கிடைச்சதில்ல. அப்பா அம்மா காட்டற அன்பு மட்டும்தான் எனக்குத் தெரியும். வேறு எந்த உறவுகளோட அன்பும் எனக்குத் தெரியாது.”

“அதுக்கென்னம்மா, நாந்தான் சொன்னேனே. நீ எப்போ வேணா இங்க வரலாம். எங்க வீட்ல அன்புக்குப் பஞ்சமே இல்லை.”

“ஏன் தாத்தா, உங்ககிட்ட கேக்கணும்னு நினைச்சேன். நிருபமா ஆன்ட்டி இப்போ எங்க இருக்காங்க? அவங்க அடிக்கடி உங்க வீட்டுக்கு வந்து போவாங்களா? எனக்கு அவங்களைப் பார்க்கணும்னு ஒரு ஆசை. நீங்கள் உங்க மனசுல உயர்ந்த இடம் கொடுத்து வெச்சிருக்கிற அவங்களைப் பார்க்க முடியுமா?”

அவள் கேட்கவும், தாத்தா தூரத்துக் கோபுரத்தைச் சற்றுநேரம் வெறித்துப் பார்த்தார்.

“இமயத்தின் ஏதோ ஒரு மூலையில் உட்கார்ந்து தியானம் பண்ணிக் கொண்டிருக்கக்கூடும். அவ இருக்கிற இடம் அவளுக்கே வெளிச்சம். எங்க இருந்தாலும் அவ சௌக்யமா இருக்கணும்னு நாங்களும், நாங்க சௌக்யமா இருக்கணும்னு அவளும் வேண்டிக்கிறதோட சரி. எனக்கும்தான் நிருபமாவைப் பார்க்கணும்போல இருக்கு. சாகறதுக்கு முந்தி ஒருதடவை அவளைப் பார்த்துடமாட்டோமான்னு மனசு தவிக்கத்தான் செய்யறது.”

“என்னதான் செய்துட்ருக்காங்க, அவங்க...?”

“ஏதாவது ஒரு மடத்துலயோ கோயில்லயோ இருக்கலாம். தீர்த்த யாத்திரை வரவங்களுக்குத் தன்னாலான உதவிகளைச் செய்யறதா ஒருமுறை சொன்னா. ஆனா நிலையான இருப்பிடம் தனக்குக் கிடையாதுன்னும் சொல்லி இருக்கா.

ஆனா எது தப்பினாலும், வருஷத்துக்கு முறை கயிலாயம் போய்ட்டு வரப்போறதா ஒருமுறை சொன்னா. போறாளா இல்லையான்னு தெரியாது."

"கயிலாயமா?" சஞ்சனா விழி விரித்தாள். "ரொம்பக் கஷ்டமான யாத்திரையாச்சே."

"எங்களுக்குத் தெரிஞ்சு ஒருமுறை அவ போய்ட்டுவந்து தன் அனுபவங்களைச் சொல்லியிருக்கா. அதுக்கு ஆறுமாதம் கழித்து அவ இங்க வந்தா. மானஸரோவர் தீர்த்தமும், ஸ்படிக லிங்கமும், மூர்த்தங்களும், எனக்கொரு ருத்ராட்ச மாலையும் கொடுத்துட்டுப் போனா. ரெண்டே நாள்தான் அவ இங்க இருந்தா. ஆனா அந்த ரெண்டுநாள் இந்த வீட்ல தெய்வமே தங்கியிருந்தாற் போலத்தான் எங்களுக்கு இருந்தது. அப்டி ஒரு அமைதியும் தெய்வீக ஒளியும் அவ முகத்துல தெரிஞ்சுது. இந்த உலகம் முழுவதற்கும் தாயாகி விட்டாற்போல ஒரு காருண்யம் அவ கண்ணில். அன்னிக்கு அவ எங்க மேல வீசின அருட்பார்வையால்தான் இன்னிவரை இந்த வீடு சந்தோஷமா சுபிட்சமா இருக்கு. புத்ரசோகம் ஒரு பக்கமிருந்தாலும், நானும் பசியும், ருசியும் குறையாம நடமாடிக் கொண்டிருக்கேன்."

"கடைசியா அவங்ககிட்டேர்ந்து வந்த புதுவருஷ வாழ்த்து உறையில் அந்த ஊரோட முத்திரை ஏதாவது இருந்ததா?"

"அவ்ளோ தெளிவா தெரியலை."

"கவலைப்படாதீங்க, தாத்தா. நிருபமாவை நா எப்படியாவது சந்திச்சு உங்ககிட்ட கூட்டிட்டு வரேன். யார் கண்டது... காணாமல்போன மகன்கூட ஒருவேளை மனம்மாறி உங்களைத் தேடிட்டு வரலாம். இறைமையின் அருளில் எதுவும் நடக்கலாம்."

தாத்தா அவளைச் சிநேகமாகப் பார்த்துப் புன்னகைத்தார்.

"நீ என்ன சஞ்சு... எங்களை விட்டுட்டு வந்து தாத்தா பாட்டியோட பேசிண்டிருக்க..."

வாணியும் மற்றவர்களும் வந்து அருகில் அமர்ந்தார்கள்.

தேய்பிறை நிலவொளியில் உணவு அமிர்தமாய்த் தொண்டையில் இறங்கிற்று.

"புளியோதரை சூப்பர் பாட்டி" வாணி விரல்களில் ஒட்டியிருந்ததையும் விட்டுவிட மனசில்லாமல் விரல்களை வாயில்விட்டுக் குழந்தை மாதிரிச் சப்பினாள்.

"ரெண்டு கழுதை வயசுக்கு கையைச் சப்பறதைப் பார். எச்சில் கையை முதல்ல அலம்புடி."

சித்ரா பெண்ணைச் செல்லமாய்க் கடிந்து கொண்டாள்.

தாத்தா சிரித்தார்.

வாயிலே குடித்த நீரை எச்சிலென்று சொல்கிறீர்
வாயிலே குதப்புவேதம் வரம் எனக் கடவதோ
வாயில் எச்சில் போகவென்று நீர்தனைக் குடிப்பீர்கள்
வாயில் எச்சில்போன வண்ணம் வந்திருந்து
சொல்லுமே

தாத்தா சொல்லச் சொல்ல சஞ்சனா விழிவிரிய அவரைப் பார்த்தாள். அதன் அர்த்தம் அவளுக்குப் புரியவில்லை. தாத்தா தொடர்ந்தார்.

ஓதுகின்ற வேதம் எச்சில், உள்ள மந்திரங்கள் எச்சில்,
போகங்களான எச்சில், பூதலம் எச்சில்,
மாதிருந்த விந்து எச்சில், மதியும் எச்சில்,
ஒளி எச்சில், எதில் எச்சில் இல்லை?

"புளியோதரையைவிட சூப்பர் தாத்தா உங்க பாட்டு! அப்டியே அர்த்தத்தையும் சொல்லிடுங்கோ."

"இது என் பாட்டில்ல. சிவவாக்கியச் சித்தர் பாட்டு. வாயிலிருந்து வெளிப்படுவதும், உள் செல்வதும் எச்சில்

என்றால், நீ சொல்லும் வேதம் எச்சில், மந்திரங்கள் எச்சில். இந்த உலகில் எல்லாமே அப்டி பார்த்தா எச்சில்தான். பூதலம் ஏழும் எச்சில். விந்து எச்சில் என்றால் அதன் மூலம் பிறக்கும் குழந்தையும் எச்சில். சந்திரனும் எச்சில். அது உமிழும் ஒளியும் எச்சில். எதில்தான் எச்சில் இல்லை?''

''அடேயப்பா! எவ்ளோ ஆழமான கருத்து!''

''சித்தர் பாடல்களில் இல்லாத கருத்துக்களே இல்ல. வேதாந்தம், தத்துவம், புலம்பல், இறையுணர்வு, வாழ்க்கை, காதல்னு எல்லாத்தையும் பத்தி பாடிட்டுப் போயிருக்கா.''

''எல்லாம் எச்சில்னு தெரிஞ்சவா சாதிபேதம் பார்க்கமாட்டா இல்ல?''

''நிச்சயம் பார்க்கமாட்டா''

''பறைச்சி ஆவதேதடா, பனத்தி ஆவதேதடா? இறைச்சிதோல் எலும்பிலும் இலக்கம் இட்டிருக்குதோ? பறைச்சி போகம் வேறதோ, பனத்தி போகம் வேறதோ? பறைச்சியும் பனத்தியும் பகுத்துப் பாரும் உம்முளே''

எவ்ளோ அழகா சொல்லியிருக்கு பார். உயர்ந்தவா, தாழ்ந்தவான்னு இறைச்சி, தோல், எலும்பில் ஏதாவது இலக்கம் எழுதியிருக்கா என்ன? எல்லாப் பிரிவுக்கும் நம்ம மனசுதான் காரணம். இந்த மனசுதான் கடவுளைக்கூட உயர்ந்தவன் தாழ்ந்தவன்னு பிரிச்சு வெச்சிருக்கு. சிலருக்குச் சிவன் உசத்தி. சிலருக்கு விஷ்ணு உசத்தி. இவனை உசத்தியா நினைக்கிறவா அவன் கோயில் வழியாகூடப் போகமாட்டா. அவன்தான் உசந்தவன்னு நினைக்கிறவா இவன் பேரைக்கூடச் சொல்லமாட்டா. தீவிர பக்தின்னு இதுக்குச் சப்பைக்கட்டு வேற.

அரியும் அல்ல அரனும் அல்ல அப்புறத்தில் அப்புறம் கருமை

**செம்மை வெண்மையைக் கடந்துநின்ற காரணம்
தில்லைநாயகன் அவன் திருவரங்கனும் அவன்
எல்லையான புவனமுக ஏகமுத்தியானவன்
பல்லுநாவும் உள்ளபேர் பகுத்துக்கூறி மகிழுவார்
வல்லபங்கள் பேசுவார் வாய்புழுத்து மாய்வரே**

இறைவனை முழுமையாய் உணர்ந்தவன் இறைமைக்கு உருவம் கொடுத்துக் குழப்பிக்கவே மாட்டான். எல்லா உருவத்துலயும் ஒரே இறைமையைத்தான் பார்ப்பான். பாரதியார் சொன்னமாதிரி பெரிய கடவுள். அதுக்குப் பேர் கிடையாது. மதம் கிடையாது. அது ஆணுமில்ல, பெண்ணுமில்ல. அது ஒரு சக்தி. இந்தப் பிரபஞ்சம் முழுவதும் நிறைந்திருக்கும் சக்தி. ஒவ்வொரு ஜீவராசிக்குள்ளும்கூட அது நிரம்பியிருக்கு."

தாத்தா பேசுவதை விழிவிரியக் கேட்டுக் கொண்டிருந்தாள் சஞ்சனா. எவ்வளவு பெரிய விஷயத்தை எவ்வளவு எளிமையாய் அழகாய்ச் சொல்லிவிட்டார்!

"என்ன சஞ்சு... தாத்தா பேசறதை இப்டி வாயைப் பொளந்துண்டு கேக்கற..?"

"நீங்கள்லாம் ரொம்ப கொடுத்துவெச்சவங்க வாணி. தாத்தா பேசறதைக் கேட்டுக்கிட்டே இருக்கலாம் போலருக்கு."

"தாத்தா அப்டிதான். ரொம்ப ரொம்ப சிநேகத்தோட பழகுவார். நாங்கள் இப்டி இருக்கோம்னா அதுக்குக் காரணம் தாத்தாதான். அவர் எங்களுக்குச் சொல்லிக் கொடுத்தது நிறைய. அவரைப் பார்த்து நாங்க தெரிஞ்சுண்டது அதைவிட நிறைய. தலைமுறை இடைவெளி சிக்கல் எல்லாம் எங்க வீட்ல கிடையவே கிடையாது. தாத்தாகிட்ட எந்த விஷயத்தைப் பத்தி வேணும்னாலும் தைரியமா பேசலாம். காதல் உட்பட!"

சஞ்சனா வியப்போடு பார்த்தாள்.

"அப்டியா தாத்தா?" சஞ்சனா கேட்டதும் தாத்தா புன்னகைத்தார்.

“உனக்கு ஒரு விஷயம் தெரியுமா, சஞ்சு? தாத்தா என் கல்யாணம் நிச்சயமானதும் என்னையும் ரஞ்சித்தையும் கூப்ட்டு புத்தகம் ஒண்ணு பரிசு கொடுத்தார். என்ன புஸ்தகம்னு நீ கேக்கணும்.”

“என்ன புஸ்தகம்?”

“திருமந்திரம்.”

“அப்டின்னா?”

“திருமூலர்னு ஒரு ஞானி எழுதிய பாடல்கள்.”

“சித்தர் பாடல்கள்னா தத்துவமும் வேதாந்தமும்தான் இருக்கும்னு அம்மா சொல்லுவாங்க. கல்யாணத்துக்குச் சித்தர் பாடல்கள் பரிசா? சரிதான்.”

“உன் கல்யாணத்துக்கும் நான் கண்டிப்பா அதைத்தான் தரப்போறேன்.”

“அப்டி என்ன அதிசயம் அதுல இருக்கு?”

“தம்பதிகள் அனைவரும் நிச்சயமா தெரிஞ்சுக்க வேண்டிய முக்கியமான விஷயம் அதுல இருக்கு. புருஷன் பொண்டாட்டி படுக்கையறையில் எப்டி இருக்கணும்னு அவ்ளோ அழகா சொல்லியிருக்கார் திருமூலர். பரியங்கயோகம்னு அதைப்பத்தி ஒரு முழு அத்யாயமே எழுதியிருக்கார். தாம்பத்ய சுகம்கறது வெறும் சிற்றின்பமில்ல. அது சரியான முறையில் இருந்தா அதன் மூலம் இறைதரிசனம் பண்ணமுடியும்னு சொல்லியிருக்கார் திருமூலர். தாத்தா இதைப்பத்தி சஞ்சனாக்கு நீங்களே சொல்லுங்கோ.”

“அவளைக் கல்யாணம் பண்ணிக்கப் போறவனும் வரட்டும். ரெண்டு பேர்கிட்டயும் சேர்த்துச் சொல்லவேண்டிய விஷயம் இது.”

அவர் சிரிப்புடன் அவளைப் பார்க்க, அது என்ன என்றறியும் ஆவல் எழுந்தது அவளுக்கு.

இரண்டு நாள் கழித்து அவள் கிளம்புவதற்கு முன் அனைவருடனும் தனித்தனியே புகைப்படம் எடுத்துக்கொண்டாள். தாயின் இடுப்பில் அப்பா குழந்தையாக இருந்த புகைப்படத்தையும் தனது கேமராவில் பதிவு செய்துகொண்டாள். தாத்தா பாட்டியை நமஸ்கரித்து விடை பெற்றாள்.

திருச்சியிலிருந்து சென்னைக்கு விமானத்தில் வந்திறங்கிய சில நிமிடங்களில் அவளது மொபைல் திரையில் அம்மாவின் முகம் புன்னகைத்தது.

"எப்டி இருக்க, சஞ்சு? எங்களை மறந்தே போய்ட்டியா? எத்தனை முறை உனக்குப் பண்ணினேன்! நம்பர் ரீச் ஆகவே இல்லையே."

"சாரிம்மா... எனக்குச் சரியா சிக்னல் கிடைக்கல. வாணி வீட்ல நேரம் போனதே தெரியல. ஊர் சுத்திட்டே இருந்ததுல உங்களோட பேசலை."

"என்னிக்கு நீ மும்பை வர?"

"இப்பொ சென்னையில் இருக்கேன். வினீத்தோட வீட்ல ரெண்டு நாள் தங்கலாம்னு இருக்கேன்."

"எதுக்கு, சஞ்சு? கல்யாணத்துக்கு முன்னாடி நீ அங்கபோய்த் தங்கறது சரியான்னு தெரியலே. அவங்க வீட்டுப் பெரியவங்க தப்பா நினைச்சுக்கப் போறாங்க."

"அவங்கதாம்மா என்னை வரச்சொன்னதே. கவலைப்படாதே. எங்களை நீ நம்பலாம். நா அப்புறம் பேசறேன். சரியா?"

"உங்கப்பாட்ட இரண்டு வார்த்தை பேசிடும்மா..."

"நா அப்புறம் பேசறேம்மா." அவள் சட்டென மொபைலை அணைத்தாள்.

விமான நிலையத்தில் வினீத் அவளுக்காகக் காத்திருந்தான். அவளைக் கண்டதும் முகம் மலர்ந்தான்.

“நேரா வீட்டுக்குத்தானே போறோம்? போற வழியில் இனிப்பும் பழமும் வாங்கிக்கணும்.”

“அதுக்கு முன்னாடி உன்கிட்ட ஒரு முக்கியமான விஷயம் பேசணும் சஞ்சு. போவோம் வா.” அவன் அவளது பெட்டியை வாங்கி டிக்கியில் வைத்துவிட்டு முன்கதவைத் திறக்க, அவள் ஏறிக்கொண்டாள். அவன் ஓட்டுநர் இருக்கையில் ஏறியமர்ந்து வண்டியைக் கிளப்பினான்.

“என்னன்னு தெரியல, சஞ்சு. அம்மா நம்ம கல்யாணத்தைக் கொஞ்சநாள் தள்ளிப் போட்ருக்காங்க.”

கார் ஓட்டியபடியே அவன் சொல்ல சஞ்சனா திகைத்தாள்.

“ஏன், வினீத்?”

“தெரியல. உங்கப்பா எனக்கு அனுப்பியிருந்த உன்னோட சின்னவயசுப் புகைப்படங்களை நா அம்மாவுக்கு அனுப்பினேன். அதுக்கப்புறம்தான் அம்மாகிட்டேர்ந்து நம்ம கல்யாணத்தைத் தள்ளிப்போடறதா மெயில் வந்தது.”

வினீத் சொல்ல சஞ்சனா அதிர்ந்தாள்.

❋❋❋

அத்தியாயம் 14

எது நடந்துவிடக் கூடாது என்று அவள் நினைத்திருந்தாளோ, அது இத்தனை சீக்கிரமே நடந்துவிடும் என அவள் கனவிலும் நினைக்கவில்லை. எல்லாமே தன் கைமீறிப் போய்க்கொண்டிருப்பதை உணர முடிந்தது. அப்பா செய்த பாவத்திற்குத் தெய்வம் தன்னைத் தண்டிக்கிறதா...? பெற்றவர்களின் பாவங்கள் பிள்ளைகளின் தலையில் என்று சும்மாவா சொன்னார்கள்.

மௌனமாய் யோசித்துக் கொண்டிருந்தவளை வினீத் திரும்பிப் பார்த்தான்.

"என்னாச்சு...? அம்மாவோட கடிதத்தை நினைச்சு கவலைப்படறியா? அவங்க நம்ம கல்யாணத்தை நிறுத்தல. தள்ளித்தான் போட்ருக்காங்க. எங்கம்மா ரொம்ப நல்லவங்க, சஞ்சு. காரணமில்லாம அவங்க எந்த முடிவும் எடுக்க மாட்டாங்க. ஆனா அவங்க ஏதோ அதிர்ச்சி ஏற்பட்டதா சொல்லியிருக்கறதுதான் எனக்குப் புதிரா இருக்கு. அதென்ன அதிர்ச்சின்னு புரியல. எதுவும் கேக்காத, எல்லாம் நல்லபடியா முடியும்னு சொல்றாங்க. ரெண்டு மூணுதரம் அம்மாகிட்டே பேச முயற்சித்தேன். முடியல. அனுப்பின மெயிலுக்கும் பதில் இல்ல. சாட்டிங்ல கூப்ட்டாலும் வரல. ஆனா ஒண்ணு, சஞ்சு. சத்தியமா அம்மா என் விருப்பத்துக்கு மாறான முடிவுகளை எடுக்க மாட்டாங்கன்ற நம்பிக்கை எனக்கிருக்கு. அம்மாவோட கடிதம்பற்றி வீட்ல யார்கிட்டயும் நா சொல்லலை."

"உன் குழப்பங்களுக்கான விடை எனக்குத் தெரியும் வினீத். ஆனா நானும் எதையும் இப்போ சொல்லமுடியாத நிலையில்தான் இருக்கேன்."

வினீத் வியப்புடன் பார்த்தான்.

"என்ன சொல்ற...? என்னாச்சு உனக்கும் எங்கம்மாக்கும்? என்னைக் குழப்பணும்னு ஏதாவது திட்டம் போட்ருக்கீங்களா? ஏப்ரல் முட்டாளாக்கச் சதி பண்றீங்களா?"

"அப்படித்தான்னு நினைக்கிறேன். ஆனா நாங்க பண்ணல. கடவுள் நம்ம எல்லாரையும் பண்றான்."

"என்ன விஷயம்னு எங்கிட்ட சொல்லக்கூடாதா? எனக்கும் உனக்கும் நடுவில் எதுக்கு ரகசியங்கள்?"

"எனக்கே எதுவும் தெளிவாத் தெரியாத நிலையில் உனக்கு எப்டி சொல்லுவேன், வினீத்? கண்டிப்பா ஒருநாள் எல்லாத்தையும் சொல்றேன். அதுக்கு முன்னாடி சில உண்மைகள் எனக்குத் தெரியணும். அது தெரியட்டும். அதுவரை பொறுமையா இரு."

"சரிதான். கல்யாணத்தைத் தள்ளிவெச்சுட்டாங்களே எங்கம்மான்னு அவங்கமேல நீ கோபப்படுவன்னு நினச்சா நீயும் சேர்ந்து என்னைக் குழப்பிட்ருக்க."

"அவங்க ரொம்ப நல்லவங்க வினீத். அதனால கல்யாணத்தைத் தள்ளி வெச்சிருக்காங்க. எனக்கு அவங்க உணர்வுகளைப் புரிஞ்சுக்க முடியுது... அப்புறம், வினீத் நா ஒருநாள்தான் சென்னையில் இருப்பேன். நாளைக்குக் காலேல நா மும்பை கிளம்பணும்."

"என்ன சஞ்சு... சிநேகிதியோட நாலு நாள் இருப்ப. காதலனுக்கு ஒரே ஒரு நாள்தான் ஒதுக்குவயா? நியாயமா இது?"

"இல்ல வினீத். எனக்கு ஒரு அவசரவேலை இருக்கு. தயவுசெய்து புரிஞ்சுக்க. கல்யாணத்துக்குப் பிறகு முழுக்க முழுக்க உன்னோடதானே இருக்கப் போறேன்."

“வீடு வந்தாச்சு. என் வாயாடித் தங்கை உனக்காக வாசல்லயே காத்துட்ருக்கா பார்.”

வினீத் காரை நிறுத்தினான்.

“ஹாய் சஞ்சனா...” நிருபமா ஓடிவந்து அவளை அணைத்துக்கொண்டு வினீத்தை முறைத்தாள்.

“என்ன பார்க்கற. என்ன கொழுப்பிருந்தா என் பெண்டாட்டி ஆகப்போறவளைப் பேர் சொல்லிக் கூப்டுவன்னுதானே முறைச்சுப் பாக்கற! காலம் மாறிப்போச்சு சகோதரா! அண்ணி நாத்தனார்னு பயந்ததெல்லாம் அந்தக் காலம். இப்பல்லாம் எல்லாரும் பேர் சொல்லித்தான் கூப்ட்டுக்கறாங்க.”

சஞ்சனா புன்னகைத்தாள்.

“நீ ரொம்ப அழகா இருக்க, நிருபமா.”

“அடேயப்பா நாத்தனார் தலையில் இமயமலையையே தூக்கிவெச்சுட்டீங்களே. தாங்குமா இந்தச்சின்னத்தலை...?”

“என்னைப் பார்த்தா பொய் சொல்ற மாதிரியா தெரியுது?”

“வாயாடி! போதுமே, வாசல்லயே நிறுத்தி வம்பு பண்ணனுமா... உள்ள கூட்டிட்டுப் போ...”

நிருபமா அவள் கையைப் பற்றிக்கொண்டு உற்சாகமாக உள்ளே அழைத்துச் சென்றாள்.

“வலது கால்வெச்சு உள்ள வாங்க, மருமகளே... பாட்டி...! உன் பாட்டைப் பாடேன்.”

“மணமகளே மருமகளே வா...வா...
உன் வலதுகாலை எடுத்துவைத்து வா. வா.”

சஞ்சனா சிரித்தபடி உள்ளே வந்தாள். சற்றுநேரம் அரட்டை, பிறகு சாப்பாடு, ஓய்வு, ஊர்சுற்றல் என்று அன்றைய பொழுது நகர்ந்தது.

இரவு நிருபமா அறையில்தான் படுக்கை. நிருபமாவின் பெயர் சொல்லி அழைத்தபோதெல்லாம் சஞ்சனாவுக்கு அப்பாவின் நிருபமாதான் நினைவுக்கு வந்தாள். தன் சிநேகிதியின் நினைவாகத்தான் ரமணி கிருஷ்ணன் தன் பெண்ணுக்கு நிருபமாவின் பெயரை வைத்திருக்கக் கூடும் என்பது புரிந்தது. எவ்வளவு நல்ல நட்பு அவர்களுக்கிடையே இருந்திருக்க வேண்டும் என்று எண்ணியபோது வினீத்தின் தாய்மீது மரியாதை அதிகரித்தது.

படுத்த சற்றுநேரத்தில் அவளது மொபைல் அடித்தது. புதிய எண்கள் திரையில் ஒளிர, யாராக இருக்கும் என நினைத்தபடி எடுத்தாள்.

"என்னம்மா, தூங்கிட்டியா? நான்தான் வினீத்தோட அம்மா பேசறேன்."

சஞ்சனா திகைத்தாள். "சொல்லுங்க ஆன்ட்டி," என்றபடி எழுந்தாள்.

"நா உன்கூடக் கொஞ்சம் பேசணும். யாருமில்லாத இடத்துக்குப் போய்ப் பேசு, சஞ்சனா."

சஞ்சனா அறையிலிருந்து வெளியில் வந்து மொட்டை மாடிக்குச் சென்றாள்.

"சொல்லுங்க ஆன்ட்டி"

"என்மேல கோபமா, சஞ்சனா...?"

"இல்ல, ஆன்ட்டி. எனக்குத் தெரிஞ்ச எல்லா விஷயமும் உங்களுக்குத் தெரிஞ்ச பிறகு உங்க முடிவு சரின்னுதான் எனக்குத் தோணுது."

"வினீத்தோட பிறந்தநாள் விழாவைப் பார்த்ததுமே உனக்கு அதிர்ச்சி ஏற்பட்டுதா?"

"அப்பொகூட லேசா குழப்பம்தான். எங்கப்பா ரொம்ப நல்லவர்ங்கற நம்பிக்கை எனக்கு நிறையவே இருந்துது. ஆனா

எனக்குக் கிடைச்ச ஆதாரங்கள் எல்லாம் என் நம்பிக்கையைக் கொஞ்சம் கொஞ்சமா தகர்த்துவிட்டதுன்னுதான் சொல்லணும். எங்கப்பா ஏன் இப்டி செய்தார்ன்னு புரியாம தவிக்கிறேன். அப்பா செய்த தவறுக்கு யார்கிட்ட மன்னிப்புக் கேக்கறதுன்னு தெரியல.''

''நானும் அதிர்ச்சியில்தான் இருக்கேன், சஞ்சனா... பிரணவ்தான், ரிஷியா மாறிப் போயிருக்கார்ங்கறதுல எனக்குச் சந்தேகமே இல்லை. ஆனா ஏன்...? நிருபமா என்ன தப்பு செய்தா...? அவங்கப்பா அம்மா என்ன குற்றம் செய்தாங்க? எதனால இப்டி எல்லாரையும்விட்டு ஒதுங்கி வேற ஊர்ல, வேற பெயர்ல, வேற ஒரு பெண்ணோட வாழணும்? ரொம்ப ரொம்ப நல்லவன்னு இன்னிவரைக்கும் நாங்க நினைக்கிற பிரணவ் உயிரோட இருக்காங்கிறது சந்தோஷம்தான்னாலும், அவன் நிருபமாவை விட்டுட்டு வேற ஒரு வாழ்க்கையைத் தேடிக்கொண்டிருப்பது அதிர்ச்சியார்க்கு. நா அவர்மேல வெச்சிருந்த நல்ல அபிப்ராயம் எல்லாம் சிதறிப்போச்சு. உங்கப்பா ஏன் அப்டி செய்தார்ங்கறதுக்கு ஒரு நியாயமான காரணமாவது தெரியாதவரை உங்க கல்யாணத்தை நடத்த முடியாம இருக்கேன் சஞ்சனா. உங்கப்பாவை நாங்க நேருக்கு நேர் பார்க்கும்போது அவருக்கும் எங்களைப் பார்த்தா அதிர்ச்சியும் குற்ற உணர்வும் ஏற்படும். அதனால வினீத்தோட தாயா அவரைப் பார்க்கிறதைவிட பழைய நண்பர்களா அவரைச் சந்திச்சு ஏன் இப்டி செய்த பிரணவ்னு கேக்க ஆசைப்படறேன். ஆனா அதுலயும் ஒரு பிரச்சனை இருக்கு. உங்கம்மாவால இந்த அதிர்ச்சியெல்லாம் தாங்க முடியுமான்ற கவலை. யாரோட மனசும் காயப்படாம காரணத்தைத் தெரிஞ்சுக்க என்னதான் வழின்னு யோசிச்சுட்ருக்கேன்.''

''நா கேக்கறேன், ஆன்ட்டி. பக்குவமா அப்பாகிட்ட நானே கேக்கறேன். எதனால நிருபமாவைக் கைவிட்டார்னு அவர் காரணம் சொல்லட்டும். அது சரியா, தப்பா, வடிகட்டின துரோகமாங்கறதை அப்புறம் நாம்ப முடிவு பண்ணலாம்.''

''நீ எப்போ மும்பை கிளம்புறே''

"நாளைக்கு"

"பார்த்து, சஞ்சனா. நா சொன்னது நினைவிருக்கட்டும். யார் மனசும் எந்தக் காரணம் கொண்டும் புண்படக்கூடாது. நா வெச்சுடவா?"

"ஆன்ட்டி"

"என்ன, சொல்லு"

"ஸாரி ஆன்ட்டி"

"எதுக்கு?"

"அப்பாக்காக முதல்ல உங்ககிட்ட மன்னிப்புக் கேட்டுக்கறேன்."

"ச்சேச்சே. நீ என்னம்மா செய்வ இதுக்கு?"

"எங்கப்பா ஏன் இப்டி செய்தார்? அவரைச்சுத்தி எவ்ளோ நல்ல மனுஷங்க இருந்திருக்காங்க! அவங்கப்பா அம்மா மாதிரி ஒரு தாய், தகப்பன் கிடைப்பாங்களா?"

"அவங்களை எப்டி உனக்குத் தெரியும்?"

"நிருபமாவோட புகுந்த வீட்டைக் கண்டுபிடிக்கணும்னுதான் ஸ்ரீரங்கம் போனேன். அங்க போனபிறகுதான் தெரிஞ்சுது, என் சிநேகிதி வாணி வேற யாருமில்ல, அப்பாவோட தங்கை மகள்தான்."

"மை காட்...!"

"நாலுநாள் என் தாத்தா, பாட்டி, அத்தைன்னு எல்லோரடயும் இருந்தேன். அங்க போனபிறகு வினீத்தோட பிறந்தநாள் விழாவை அங்கயும் பார்க்கற சந்தர்ப்பம் கிடைச்சுது. அப்புறம்தான் அப்பாவோட வீட்லதான் நா இருக்கேன்ற உண்மை தெரிஞ்சுது. எனக்கு எப்டி இருக்கும், சொல்லுங்க."

"அவங்களுக்கு நீயாருன்னு தெரியுமா?"

"நா சொல்லல. சொன்னா அவங்க நிச்சயம் சந்தோஷப்படுவாங்க. ஆனா அப்பாகிட்டேர்ந்து அவர்

பக்கத்து நியாயத்தைத் தெரிஞ்சுக்கிட்ட பிறகுதான் சொல்லணும்னு பேசாம இருந்துட்டேன்.''

''பாவம் சஞ்சனா. நீ இந்தச் சின்ன வயசுல இப்டி ஒரு அதிர்ச்சியும் குழப்பமும் உனக்கு ஏற்பட்டிருக்க வேண்டாம். ஆனா ஒண்ணு. பிரணவ் உயிரோட இருக்கான்ற உண்மை நிஜமாவே எனக்கு நிம்மதியார்க்கு. இதை நிருபமாகிட்ட சொன்னா எவ்ளோ சந்தோஷப்படுவான்னு தோணுது. ஆனா சந்தோஷத்தோட சேர்த்து அதிர்ச்சியையும் அல்லவா கொடுக்க வேண்டியிருக்கும்...?''

''நிருபமாவோட உங்களுக்கு எந்தத் தொடர்பும் இல்லையா, ஆன்ட்டி?''

''இல்ல. இமயமலையின் ஏதோ ஒரு புனிதத்தலத்துல அவளைப் பார்த்ததா என்னோட ஒரு நண்பர் சொன்னார். அவளா தொடர்புகொண்டாதான் உண்டு. முழுக்க முழுக்க ஆன்மீகத் தேடலில் இருப்பவங்க எல்லாப் பந்தங்களிலிருந்தும் மெல்ல மெல்லத் தன்னை விடுவிச்சுப்பாங்கன்னு சொல்லுவாங்க. அவளும் அப்டிதான் எல்லாப் பற்றுகளையும் அறுத்துட்டு இறைவனின் மடியில் போய் அமர்ந்துட்டாளோ என்னவோ...''

ரமணி கிருஷ்ணன் பெருமூச்சுவிட்டாள். ''சரி, நீ தூங்கு சஞ்சனா... நா அப்புறம் பேசறேன்.''

சஞ்சனா தொடர்பைத் துண்டித்துவிட்டுச் சற்றுநேரம் அங்கேயே நின்றிருந்தாள். நட்சத்திரங்களின் கண் சிமிட்டலும், இரவின் அமைதியும் இதமாயிருந்தது.

''இங்க என்ன பண்ற நீ? தூக்கம் வரலையா?''

குரலைத் தொடர்ந்து, வினீத் வந்து, பின்னால் நிற்க, திரும்பினாள்.

''ம். இயற்கைக் காற்றுல நிக்கணும்னுதான் வந்தேன்.''

''புது இடம்னு தூக்கம் வரலையா? நா வேணா மடியில் போட்டுத்தூங்க வைக்கவா?''

"உதைப்பேன். சத்தம் போட்டுப் பாட்டியைக் கூப்டுவேன்."

"கூப்டேன். பாட்டியே தாத்தா மடியில்தான் படுத்துத் தூங்கிட்ருப்பாங்க." வினீத் அவளை இழுத்தபடி கீழே அமர்ந்தான்.

"வேணாம் வினீத், விடு. இதென்ன முரட்டுத்தனம்?"

"சரி, விட்டுட்டேன். ஆனா உண்மையைச் சொல்! நீ தலைசாய்த்துப்படுக்க இப்பொ உனக்கு அன்பான ஒரு மடி தேவைதானே?"

வினீத் அவளை விடுவித்துவிட்டு, மென்மையான குரலில் கேட்க, சஞ்சனா ஒரு வினாடி தடுமாறினாள். அவனை வியப்போடு பார்த்தாள்.

"எனக்குப் புரியுது, சஞ்சு. நீ ஏதோ ஒரு குழப்பத்துல இருக்க. எவ்ளோ மறைக்கப் பார்த்தாலும் அதையும் மீறி உன் கண்களில் ஒரு வேதனை தெரியறது. அது என்ன ஏதுன்னு நா கேட்கமாட்டேன். நீயா சொல்லும்போது கேட்டுக்கறேன். இப்போ உனக்குத் தேவை, உன்னைப் புரிஞ்சுக்கிட்ட ஒரு அன்பான மடி! என் மடி உன்னைச் சுமக்கத் தயாரா இருக்கு. வா... வந்து தலைசாய்த்துக் கொஞ்ச நேரம் படு. எல்லாம் சரியாயிடும்." வினீத் பரிவோடு அவளைப் பார்த்தான்.

சஞ்சனா அவனை நெருங்கினாள். அவன் மடியில் தலைசாய்த்தாள். கண்ணீர் பொங்கியது. லேசாக உடல் குலுங்க, வினீத் ஒரு குழந்தையைப் போல் அவள் முதுகைத் தடவிக்கொடுத்தான். உள்ளங்கை மூலம் தன் மொத்த அன்பையும் அவள் உடலுக்குள் பாய்ச்சினான். அந்த அன்பில் நெகிழ்ந்து கரைந்தவள் சற்றுநேரத்தில் தன்னை மறந்து தூங்கிப்போனாள். அவள் தூக்கத்தை அவன் கலைக்கவில்லை. அவளை மடியில் சுமந்தபடியே சுவரில் சாய்ந்தபடி தானும் தூங்கிப்போனான்.

❋❋❋

அத்தியாயம் 15

விமானநிலையத்திற்கு அப்பாவும் அம்மாவும் வந்திருந்தார்கள். புறப்படுவதற்கு முன் அம்மாவுக்குத் தன் வருகையைத் தெரிவித்திருந்தாள் அவள். இருவரது முகத்திலும் அப்படி ஒரு பிரகாசம். ஒரு வருடப் பிரிவுக்குப் பின் பெண்ணைப் பார்க்கும் சந்தோஷம்.

தன் பெட்டிகளைச் சேகரித்து டிராலியில் வைத்து அவள் தள்ளிக்கொண்டு வர, அம்மா உற்சாகமாய்க் கையசைத்தாள். அப்பா டிராலியை அவளிடமிருந்து வாங்கித் தள்ளிக்கொண்டு வந்தார். காரில் பெட்டிகளை வைத்துவிட்டு, ஏறியமர்ந்தார்கள். அப்பா ஏதேதோ கேட்க அவர் முகத்தை நேருக்கு நேர் பார்ப்பதைத் தவிர்த்துவிட்டு ஒன்றிரண்டு வார்த்தையில் பதில் சொன்னாள்.

"என்னாச்சு சஞ்சு, டல்லார்க்க... உடம்புக்கு ஒண்ணுமில்லையே."

"விடியற்காலம் எழுந்தது. தூக்கம் பத்தல. தலைவலிக்கிற மாதிரி இருக்கு."

"வீட்டுக்குப் போனதும் சூப்பரா காப்பி போட்டுத்தரேன். குடிச்சுட்டு ஒரு குட்டித் தூக்கம் போடு. எல்லாம் சரியாய்டும். அப்புறம் ஸ்ரீரங்கம் எப்படியிருந்தது? எனக்கு ரொம்ப

நாளா அங்க போகணும்னு ஆசை. ஆசியாவிலே பெரிய கோபுரமாமே! நீ போனாயா? சாமியைப் பார்த்தாயா?''

''மூணு நாளும் போனேன். ரொம்பப் பெரிய கோயில். ரங்கநாதர் கொள்ளை அழகு. உன்னை நினைச்சுக்கிட்டேன்''. சஞ்சனா ஓரக்கண்ணால் அப்பாவைப் பார்த்தாள்.

''ஒரு தரம் நாம்ப போகணும். அப்புறம் வேற என்ன விஷயம் சொல்லு. வினீத் வீடு பிடிச்சிருக்கா? நாங்க எப்பொ அவங்களைப் போய்ப் பார்க்கறது?''

''பார்க்கலாம். அதுக்கென்ன அவசரம்? ஸ்ரீரங்கத்துல வாணியோட தாத்தா பாட்டி வீட்லதாம்மா இருந்தேன். எவ்ளோ நல்ல மனுஷங்க தெரியுமா? ஜெயராமன் மீனாட்சின்னா அந்த ஊர்ல அவ்ளோ மரியாதை!'' மீண்டும் அப்பாவை ஓரக்கண்ணால் பார்க்க, அவரிடம் எந்தச் சலனமும் இல்லாதது கண்டு வியந்தாள். எவ்வளவு அழுத்தம் அவருக்கு என நினைத்தாள். சொந்த ஊரையும், அப்பா, அம்மா பெயரையும் இவ்வளவு அழுத்தமாகச் சொல்லியும்கூட எப்படி இவரால் துளியும் சலனமில்லாமல் உட்கார்ந்திருக்க முடிகிறது...?

''நீங்க ஸ்ரீரங்கம் போயிருக்கீங்களாப்பா?'' அவள் நேருக்குநேர் தனது அடுத்த அஸ்திரத்தை வீசிவிட்டு, அவரைப் பார்த்தாள்.

''இல்லம்மா. நீ முன்னாடியே சொல்லியிருந்தா நாங்களும் உன்கூட வந்திருப்போம். பரவால்ல விடு. உனக்கு அந்த ஊர் பிடிச்சிருந்தா நாம இன்னொரு முறை அங்கே போய்ட்டாப் போச்சு. உங்கம்மாவும் தென்னிந்தியா பக்கம் போனதே இல்லை.''

அப்பா சொல்ல, அவள் சற்றே திகைத்தாள்.

''நிஜம்மாவாப்பா சொல்றீங்க...?''

''ஏம்மா... என்ன சந்தேகம் உனக்கு? நீ ஒரு வார்த்தை சொல்லு. அடுத்த வாரமே நாம ஒரு தென்னிந்தியப் பிரயாணம் போய்ட்டு வருவோம். ஸ்ரீரங்கம் உட்பட.''

அவள் அப்பாவை வெறித்துப் பார்த்தாள். இவரது பேச்சை எப்படி எடுத்துக்கொள்வது? என்ன அர்த்தம் இதற்கு? கொஞ்சம்கூடக் குற்ற உணர்வே இல்லையா அவரிடம்? அவளுக்குக் குழம்பியது.

"வினீத்தோட தங்கை எப்படி, சஞ்சு? நல்லா பழகறாளா?" அம்மாவால் பேச்சு மறுபடியும் திசை திரும்பியது.

"துறுதுறுன்னு இருக்கா. நிருபமான்னு பேரு. நல்ல பொண்ணு." அப்பாவைப் பார்த்தபடி சொன்னாள். நிருபமா என்கிற பெயரும் அவரைச் சலனப்படுத்தியதாகத் தெரியவில்லை. இது அழுத்தமா? அபார நடிப்பா..?

"என்னிக்கு நீ பயிற்சியில் சேரணும்?"

"இன்னும் பதினைஞ்சு நாள்ல..."

"அப்டின்னா பதினைஞ்சு நாள்ல நாம ஒரு பிரயாணம் போய்ட்டு வரலாமே. எங்க போகலாம் சொல்லு."

"நா வரலம்மா. நா இன்னும் ரெண்டு நாள்ல ஒரு வேலையா சிங்கப்பூர் போறேன். அங்க ஒரு நேர்முகத் தேர்வும் இருக்கு."

"அப்போ எல்லோருமே அங்கே போவோம். உன் வேலையை நீ முடி. ஊரையும் சுத்திப் பார்ப்போம்."

"அதெல்லாம் வேணாம். எனக்கு ஊர் சுத்தற விருப்பம் இல்லை. நா தனியா போகணும்னு நினைக்கிறேம்மா."

அம்மாவின் முகம் வாடியது. பெண் இப்படிச் சிடுசிடுத்து அவள் கண்டதில்லை. ஒரு வயதுக்குமேல் வளர்ந்துவிட்டால், குழந்தைகள் பெற்றவர்களைத் தவிர்த்துத் தனிமை விரும்பியாய் மாறிவிடுவார்களா...? மெலிதாய்ப் பெருமூச்சுவிட்டவள், அதற்குமேல் பேசவில்லை.

"எவ்ளோ நாளாகும்மா நீ திரும்பிவர..?" அப்பா கேட்டார்

"பத்து நாளாகும்னு நினைக்கிறேன்."

"உன்கூட வினீத் வரானா?"

"இல்ல. நா மட்டும்தான்."

"சிங்கப்பூர் போகப்போறதா சொல்லவே இல்லே. எப்பொ முடிவு பண்ணின...?"

"நேத்துதான். வலைத்தளம் மூலம் விண்ணப்பம் அனுப்பியிருந்தேன்."

"அங்கே எங்க தங்குவ?"

"என்கூட ஹைதராபாத்ல படிச்ச ஒரு பெண் அங்க இருக்கா. அவ வீட்ல இருப்பேன்."

"அமெரிக்க வேலை கிடைச்ச பிறகு எதுக்கும்மா இந்தச் சிங்கப்பூர் வேலை?"

"சரிப்பா, நா போகல. போதுமா?"

"அய்யோ! இப்படி கோவமா சொன்னா எப்டி?"

சஞ்சனா எரிச்சலை அடக்கிக்கொண்டாள். பத்து நாட்கள் இவர்களை விட்டு விலகிச்செல்ல என்னதான் வழி என்று யோசித்தாள். இந்தப் பத்து நாட்களில் எப்படியாவது நிருபமாவைத் தேடிக் கண்டுபிடித்துவிட வேண்டும் என்பது அவளது ஆசை. இந்த முயற்சி வெற்றியைத் தருமா தோல்வியைத் தருமா எனத் தெரியாவிட்டாலும் முயற்சி செய்வது தவறில்லை எனத் தோன்றியது.

ஆனால் அன்பெனும் வலை போர்த்தி அவளைத் தன் அருகிலேயே எப்போதும் வைத்திருக்க எண்ணும் அப்பா அம்மாவிடம் என்னவென்று சொல்லிவிட்டுச் செல்ல...? சிங்கப்பூரில் ஒரு வேலை என்று பொய் சொன்னாலும், ஆயிரம் குறுக்கு விசாரணை சில நேரம் அன்புகூடத் தொல்லைதானோ?

வீடு வந்துவிட்டது.

உள்ளே சென்ற சற்றுநேரத்தில் அவள் தன் அறைக்குச் சென்றுவிட்டாள். கணிப்பொறியை இயக்கி

வலைத்தளத்திற்குள் நுழைந்து தனது நிறுவனம் குறித்துப் பார்த்துக் கொண்டிருந்தபோது பவானி காப்பியோடு வந்தாள்.

அவளிடம் காப்பியைக் கொடுத்துவிட்டுக் கட்டிலின் மீதமர்ந்து அவளையே சில வினாடிகள் பார்க்க, சஞ்சனா திரும்பினாள்.

"என்னம்மா பார்க்கற...?" சிரிக்க முயன்றாள்.

"ஹைதராபாத் போனதுலேர்ந்து உன்கிட்ட ஏதோ ஒரு மாற்றம் தெரியுது, சஞ்சு. எங்களைவிட்டு நீ விலகிப் போறாப்போல தோணுது. ஒருவேளை காதல் உன்னை மாற்றிடுச்சா? நினைப்பு வினீத் மேலேயே இருக்கும்போது நாங்க குறுக்கிட்டுப் பேசறது தொந்தரவா இருக்கா...?"

"அப்டியெல்லாம் எதுவுமில்லம்மா. நீ ஏன் எதை எதையோ கற்பனை செய்து மனசை வருத்திக்கற?"

"இல்ல, சஞ்சு... சில நேரம் உன் பாராமுகம் எங்களை ரொம்பவே கஷ்டப்படுத்துது. அதுவும் உங்கப்பா முகத்தைப் பார்க்கச் சகிக்கலை. நாம ரெண்டு பேர்தான்டி அவர் உலகம். என்னைவிட அதிகமா உன்னை மாரிலும் தோளிலும் சுமந்தவர் அவர்தான். அவர் மனசைக் கஷ்டப்படுத்தாதே, சஞ்சு."

சஞ்சனா சிரமப்பட்டுத் தன் கோபத்தை அடக்கிக்கொண்டாள். அம்மா இந்த அளவுக்குப் பரிந்துபேச அப்பாவுக்கு எந்தத் தகுதியுமில்லை என்பதால் ஏற்பட்ட கோபம் அது. அம்மா, பாவம் அப்பாவின் தகிடுதத்தங்கள் எதுவும் அறியாதவள். உண்மையைக் கூறி அவளை வேதனைப்படுத்துவதைவிட மௌனமாயிருப்பது மேல் எனத் தோன்றியது அவளுக்கு.

"சாரிம்மா... நா சாதாரணமாத்தான் இருக்கேன். ஒருவேளை என்னைத் தெரியாம என் செயல்கள் உங்க மனசைக் காயப்படுத்தியிருந்தா மன்னிச்சுடுங்க... நா என்ன செய்யணும், சொல்லு."

பெண் மன்னிப்புக் கேட்டதும் பவானியின் மனசு நெகிழ்ந்து போயிற்று.

"நீ போய் உங்கப்பாகிட்டே உக்காந்து கொஞ்சநேரம் பேசு. நா சமையல் பண்ணிடறேன். நாம சேர்ந்து உக்காந்து சாப்டுவோம்."

சஞ்சனா எழுந்து அப்பாவிடம் வந்தாள். "என்னம்மா, தலைவலி போச்சா?"

"பரவால்ல. என் அறைக்கு வாங்கப்பா. ஹைதராபாத்ல நா எடுத்த புகைப்படங்களைப் பாருங்க." அவரை அழைத்துக்கொண்டு தன் அறைக்கு வந்தாள். கணிப்பொறியில் புகைப்பட ஆல்பத்தைத் திறந்தாள். ஒவ்வொரு புகைப்படமாக அவருக்குக் காட்டிக்கொண்டே வந்தவள் நடுவில் தாத்தா பாட்டியோடு அவர் குழந்தையாக இருந்த படத்தைக் காட்டிவிட்டு அவரைப் பார்த்தாள்.

"யாரும்மா இவங்க?"

சஞ்சனா முகம் சுருங்கினாள்.

"வாணியோட தாத்தா பாட்டிப்பா. இதுதான் அவங்க வீடு."

வீட்டின் ஒவ்வொரு இடத்திலும் தான் எடுத்த படங்களைக் காட்ட, அவர் அதிசயமாகப் பார்த்தார்.

"தென்னிந்திய வீடுகள் எல்லாம் எவ்ளோ விஸ்தாரமா இருக்கு, இல்ல...?"

அடுத்து நிருபமா தனியாக நிற்கும் புகைப்படம் ஒன்றைக்காட்ட, அப்பா இது யாரும்மா என்று கேட்டதும் அவள் திகைத்துத்தான் போனாள். அப்பா நடிக்கிறாரா? அல்லது ஒருவேளை பிரணவ் வேறு, அப்பா வேறா? ஒரே மாதிரியான இரண்டு மனிதர்களா அவர்கள்? தான்தான் அப்பாவை அனாவசியமாகச் சந்தேகப்படுகிறோமா...? ஆனால் அப்பாவின் தனிப்பட்ட அடையாளங்கள் கூடவா

அப்படியே அந்த மனிதனுக்கு இருக்கும்? இல்லை, இரண்டும் ஒருவரேதான். பிரணவ்தான் அப்பா. அதில் சந்தேகமில்லை. அப்பா எதனால் இப்படி எதுவும் தெரியாதது போல் நடிக்கிறார் என்பதுதான் தெரியவில்லை

சஞ்சனா அப்பாவை வெறித்துப் பார்த்தாள். உன் ரகசியங்களும் இரட்டை வேடமும் எனக்குத் தெரியும் என்பது உனக்குத் தெரியுமா அப்பா? எதை மறைக்கிறாய் நீ...? நீ நல்லவனா? அயோக்கியனா...? இதையும் விரைவில் நான் அறிவேன். உன் தவறுகளுக்கு உன் வாயாலேயே மன்னிப்புக் கேட்க வைப்பேன். அதுவரை நான் ஓயப்போவதில்லை.

அவள் வினீத்தின் பிறந்தநாள் விழாக்காட்சிகளை ஓடவிட, அந்த நேரம், அப்பாவின் மொபைல் அடித்தது. அவர் அதை எடுத்துப் பேசியபடி வெளியில் சென்றார்.

சஞ்சனா கணிப்பொறியை அணைத்தாள்.

***

வினீத் கணிப்பொறியின் முன் அமர்ந்து அம்மாவுடன் பேச முயற்சித்தான். தொடர்பு கிடைப்பது சிரமமாக இருந்தது. அரை மணி கழித்து முயற்சிப்போம் என விட்டுவிட்டுக் கணிப்பொறியில் சஞ்சனாவின் புகைப்படங்களைத் தேர்ந்தெடுத்துப் பார்க்கும்போது அவளது சிறுவயதுப் புகைப்படங்களைத் தான் இன்னும் பார்க்கவில்லை என்பது அவன் நினைவுக்கு வர, அந்தப் புகைப்படக் கோப்பைக் கணிப்பொறியில் தேடி எடுத்து க்ளிக் செய்தான்.

ஒவ்வொரு புகைப்படமாகப் பார்த்தவன் அப்பா, அம்மாவோடு அவள் நின்றிருந்த புகைப்படம் கண்டதும், ஒரு வினாடி யோசித்தான். சஞ்சனாவின் தந்தையின் அந்த இளம்வயது முகம் மிகப் பரிச்சயமானதாகத் தெரிய, மீண்டும் மீண்டும் பார்த்தான். அடுத்தடுத்த புகைப்படங்களிலும் அந்த மனிதரின் முகத்தைப் பார்த்தபடியே யோசித்தான். இந்த

முகத்தை வேறு எங்கோ பார்த்திருக்கிறோமே? மூளையைக் கசக்கியபோது மின்னலாய் ஒரு ஒளி பளிச்சிட அவன் சட்டென தன் பிறந்தநாள் விழா வீடியோவைத் தேர்வு செய்து ஓடவிட்டான்.

ஐந்தாவது நிமிடம் அவன் முகம் மாறியது. சந்தேகமே இல்லை. நிருபமா ஆன்ட்டியின் கைவிரலில் மோதிரமிடும் அதே மனிதன்தான் சஞ்சனாவின் தகப்பனும். கடவுளே! அப்படியானால் காணாமல் போனதாகக் கூறப்படும் பிரணவ்தான் சஞ்சனாவின் தந்தையா...? முதல் மனைவியை விட்டுவிட்டு இரண்டாவதாக ஒரு பெண்ணை மணந்து. ஏன் நிருபமாவைக் கைவிட்டார்? அதுவும் காதலித்து மணந்தவளை...! இந்த உண்மையை அறிந்துதான் சஞ்சனா துடிக்கிறாளா? அம்மா அதிர்ச்சியில் இருப்பதாகக் கூறியது இதைக் குறித்துத்தானா?

அவன் அதிர்ச்சியில் சிலையாக அமர்ந்திருந்தான்.

சற்று நேரம் கழித்துத் தன் மொபைலை எடுத்துச் சஞ்சனாவை அழைத்தான்.

"என்ன பண்ற...?"

"தூங்க முயற்சி செய்யறேன்."

"தூக்கம் வரலையா?"

"ம்."

"நா வரட்டுமா? என் மடியில் படுத்தா தூக்கம் வந்துடும்."

"வாயேன்."

"உனக்கு ஏன் தூக்கம் வரலைன்னு நா கண்டுபிடிச்சுட்டேன்."

"ஏனாம்...?"

"எது உன்னையும், எங்கம்மாவையும் அதிர்ச்சி அடைய வைத்ததோ, அந்தப் புகைப்படங்களை நானும் பார்த்தேன்..."

"....."

“எங்கிட்ட சொல்றதுல உனக்கென்ன தயக்கம், சஞ்சு...? இதனால நான் உன்னை வெறுத்துடுவேன்னா நினைச்ச?”

“என்னை வெறுக்கமாட்ட சரி, ஆனா எங்கப்பாமேல வெறுப்பு வருதா, இல்லையா?”

“எந்த ஒரு குற்றவாளிக்கும் அவன் பக்கத்து நியாயத்தைச் சொல்ற உரிமை இருக்கு. அப்பாகிட்ட நேரடியா கேட்டுவிட வேண்டியதுதானே...?”

“என்னால அவரைப் புரிஞ்சுக்க முடியல, வினீத்.” சஞ்சனா நடந்த விஷயங்களைக் கூறினாள்.

“நடந்த விஷயங்களை இனி சரிசெய்ய முடியாதுன்னு தெரிஞ்ச பிறகு எதுக்காக அதை நினைச்சு உன் தூக்கத்தைக் கெடுத்துக்கற?”

“எனக்கு நிருபமாவைப் பார்க்கணும், வினீத்.”

“அவங்களை எங்கே போய்த் தேடுவ?”

“தேடுவேன். ஊர் ஊரா போவேன். அவங்க முகத்தைப் பார்ப்பேன். அவங்ககிட்ட மன்னிப்புக் கேட்டாதான் என் மனசு சமாதானமாகும். நாளைக்கு காலேல நா வீட்டைவிட்டுக் கிளம்பறதா இருக்கேன், வினீத். எங்கப்பா அம்மாவுக்குத் தெரியாமல்.”

அவள் நிறுத்த, வினீத் திகைத்தான்.

❋❋❋

அத்தியாயம் 16

வாழ்க்கை என்பது மனிதத் திட்டமிடலை மீறிய விஷயமாகவே எப்போதும் இருக்கிறது. தன் அன்புக்குரிய பெற்றோரைவிட்டு, அவர்களிடம் போகுமிடம் சொல்லாமல் செல்வோம் என அவள் என்றும் திட்டமிட்டதில்லை. அப்படி ஒரு சூழல் தனக்கு வரும் என நினைத்ததுமில்லை.

ஆனால் நிருபமாவைத் தேடும் தனது முயற்சியில் அவர்களிடம் பொய்யும் சொல்ல முடியவில்லை, நிஜமும் சொல்ல முடியவில்லை எனும் நிலையில், சொல்லாமல் செல்வதே உத்தமம் என்ற முடிவுக்கு வந்தாள் அவள். நிருபமாவைச் சந்திக்க முடியுமா, முடியாமல் போய்விடுமா, அப்படியே சந்தித்து மன்னிப்புக் கேட்டாலும், அடுத்து என்ன செய்யப் போகிறோம், அம்மா அப்பாவிடம் என்னவென்று சொல்லிச் சமாளிப்பது...

இப்படி எந்தத் தெளிவும் இல்லாத நிலையில்தான் அவள் கிளம்பியிருந்தாள். அவசர வேலையாகச் செல்கிறேன், பத்துநாளில் வந்து விடுகிறேன் என்று அம்மா அப்பாவுக்கு ஒரு சின்னக்கடிதம். அதுகூட அவர்கள் பதறிக்கொண்டு போலீஸ் அது இது என்று போய்விடக்கூடாது என்பதற்காக. வினீத்திடம் என்ன சொல்லலாம் என்று அவள் யோசித்தபோதுதான் அவளே எதிர்பாராத வகையில் அவனிடமிருந்து போன்

வந்தது. அவனாகவே அறிந்ததும்கூட ஒருவகையில் நல்லதற்கே என நினைத்தாள்.

அவளை ஆச்சரியப்படுத்திய ஒரு விஷயம் வினீத்தும் சரி, அவன் தாயும் சரி, எல்லா உண்மையும் தெரிந்தும், அப்பாவைப்பற்றி ஒரு வார்த்தை தப்பாகப் பேசாமல், அவர் பக்கத்து நியாயத்தை அறிய நினைப்பது, அவர்களது கண்ணியத்தைக் காட்டியது. தாயின் குணமும் பேச்சும் அப்படியே வினீத்திடமும் அமைந்திருந்தது அவளை வியப்படையச் செய்தது.

தன்னைச்சுற்றி மிக நல்ல சிநேகிதங்களும் உறவுகளுமிருந்தும் அப்பா ஏன் இப்படி ஒரு தவறைச் செய்துவிட்டார்? இதுகுறித்து ஒரு சின்ன உறுத்தல்கூட இல்லாது எப்படி அவரால் வாழ முடிகிறது? ஒருவேளை அப்பா நிருபமாவைக் கைவிட்டதற்கு அவரது கோணத்திலிருந்து ஒரு காரணத்தைக் கூறுவதாகவே வைத்துக்கொண்டாலும், வினீத்தின் தாய் அதை வைத்து என்ன முடிவுக்கு வருவாள்? இவர்களது திருமணத்தை நடத்தி வைப்பாளா அல்லது மென்மையாக மறுத்துவிடுவாளா...?

தாயின் வார்த்தைக்கு வினீத் மதிப்பளிப்பானா, அல்லது யாரோ செய்த தவறுக்கு என் காதலை ஏன் முறிக்க நினைக்கிறாய் என்று தாயிடம் நியாயம் கேட்பானா? என்னவாகும் தன் காதல்? அப்பாவின் பாவம் அவள் தலையில் விடியுமா?

ஒருநேரம் யோசித்தால் எதற்காக ஹைதராபாத்திற்குப் படிக்கப் போனோம் என்றிருந்தது. வினீத்தைச் சந்திக்காமலேயே இருந்திருந்தால் எப்போதும்போல அப்பா அம்மாவோடு சகஜமாக இருந்திருக்கலாமே என்று தோன்றியது.

என்றாவது ஒருநாள் குற்றங்கள் வெளிப்பட்டே தீரும் என்ற சத்தியத்தை நிரூபணமாக்கத்தான் கடவுள் அவளை வினீத்தைச் சந்திக்கச் செய்தானோ? கடவுள் இன்னும் என்னவெல்லாம் நினைத்திருக்கிறான்? நிருபமாவை அவள்

கண்களில் காட்டுவானா? ஒருமுறையேனும் அவள் முகம் காண முடியுமா? அவள் பெருமூச்சு விட்டாள்.

மும்பை விமானம் டெல்லியில் தரை இறங்கியது. அங்கிருந்து ரிஷிகேசம் செல்வதாக அவளது திட்டம்.

***

வினீத் சலித்துப் போனான். பலமுறை தொடர்பு கொண்டும் சஞ்சனாவின் மொபைல் எடுக்கப்படவில்லை. ஒருவேளை அதைச் சத்தமின்றி அதிர்வில் வைத்திருக்கிறாளா? அல்லது மொபைலை எடுத்துச் செல்லவில்லையா...? அவன் மீண்டும் அரைமணி கழித்துத் தொடர்புக்கு முயற்சித்தான். இம்முறை போன் எடுக்கப்பட்டது. ஆனால் பேசியது சஞ்சனா அல்ல. அவளது அம்மா.

"ஏதாவது முக்கியமான விஷயமா வினீத்...? அவ வந்ததும் நா பேசச்சொல்லவா? ஒருவேளை காலை நடைப்பயிற்சிக்குப் போயிருப்பான்னு நினைக்கிறேன்."

வினீத்திற்குப் புரிந்தது. அவள் மொபைலை எடுத்துச் செல்லவில்லை என்று.

"ஓகே, ஆன்ட்டி நானே அப்புறம் பேசறேன். சும்மாதான் பண்ணினேன்."

அவன் ஃபோனை வைத்தான்.

"யார்கிட்டேர்ந்து ஃபோன்?" ரிஷி நடைப்பயிற்சி முடிந்து வந்து ஷூவைக் கழற்றியபடி கேட்டார்.

"மாப்ளகிட்டேர்ந்து. உங்க பொண்ணைப் பிரிஞ்சு இருக்க முடியலியாம். பாவம், அதுசரி, சஞ்சு எங்கே...?"

"சஞ்சு எங்கேன்னு என்கிட்ட கேட்டா?"

"உங்ககூட வரலையா?"

“பயணக் களைப்புல தூங்கறான்னு நா நடைப்பயிற்சிக்குக் கூட்டல.”

“அவ தனியாவே போயிருக்கான்னு நினைக்கிறேன்.”

ரிஷியின் முகம் சற்றே வாடியது. சஞ்சனா முன்புபோல் இல்லை என்பதை அவளது நடவடிக்கைகளிலிருந்து அவர் உணர்ந்திருந்தார். ஆனால் அதற்கான காரணம்தான் அவருக்குத் தெரியவில்லை. இதுநாள்வரை தன் படிப்பு, தன் வீடு, தாய், தந்தை இது மட்டுமே அவள் உலகமாயிருந்த நிலை மாறி இன்று அவள் மனசுக்குள்ளே காதலென்ற பெயரில் மற்றொருவன் நுழைந்திருப்பதால், அவள் மனசு சதா அவனை நினைத்து மயங்குவதால், மற்ற யாரும் அவளுக்குப் பெரிதாய்த் தோன்றவில்லை போலும் என்று நினைத்திருந்தார்.

ஆரம்பத்தில் அது தவறாகத் தெரியவில்லை. காதல் வயப்படும் எவருக்கும் அந்நிலை ஏற்படுவது சகஜம்தான் என்று சமாதானப்படுத்திக் கொண்டார். ஆனால், அவள் மும்பை வந்த இந்த இரண்டு நாளில்தான் அவளது நடவடிக்கைகள் அவருக்கு வேறுவிதச் சந்தேகத்தையும் மனவருத்தத்தையும் ஏற்படுத்தியது. தனக்கும் அவளுக்குமிடையில் ஏதோ ஒரு இடைவெளி ஏற்பட்டுவிட்டதோ என்கிற பயம் ஏற்பட்டிருந்தது.

முழுக்க முழுக்க அவள் உதாசீனப்படுத்துகிறாள் என்று சொல்ல முடியாவிட்டாலும், அவள் முன்புபோல் சிநேகமாக இல்லை என்பது மட்டும் நிச்சயமாகப் புரிந்தது. என்னாயிற்று இந்தப் பெண்ணுக்கு? யாரிடம் கோபம்? எதுவாக இருப்பினும் வெளிப்படையாகப் பேசிவிட வேண்டியதுதானே! பிரச்சனை என்னவென்று சொன்னால் அல்லவா அதைத் தீர்ப்பதற்கு வழி காண முடியும்..?

அவர் யோசனையிலாழ்ந்திருந்த நேரம் பவானி பதறியபடி வந்தாள்.

"ரிஷி! இதைப் பாருங்களேன்," என ஒரு காகிதத்தை நீட்டினாள்.

"நான் ஒரு வேலையாகச் செல்கிறேன். பதினைந்து நாட்களில் திரும்பிவிடுவேன். கவலைப்பட வேண்டாம்!" - சஞ்சனா

ரிஷி திகைத்தார். என்னாயிற்று இந்தப் பெண்ணுக்கு? மீண்டும் அதே கேள்வி அவரைக் குடைந்தது. தெருமுனைக்குச் செல்வதானால்கூடச் சொல்லிவிட்டுச் செல்கிறவள் இப்படிக் கடிதம் எழுதிவிட்டுப் பதினைந்து நாள் தான் எங்கு செல்கிறோம் என்றுகூடச் சொல்லாமல் சென்றிருக்கிறாள் என்றால் நிச்சயம் அவள் மனசுக்குள் ஏதோ ஒன்று அவளைத் துன்புறுத்திக் கொண்டிருக்க வேண்டும் என்றுதான் தோன்றியது.

அது என்ன...? பெற்றவர்களிடம்கூடப் பகிர்ந்துகொள்ள முடியாத அளவிற்கு அவளுக்கென்ன சிக்கல்? அவர் வாடிய முகத்தோடு அமர்ந்தார். பவானி சஞ்சனாவின் செல்போன் எண்ணைத் தொடர்புகொள்ள முயற்சிக்க, செல்போன் அடிக்கும் சப்தம் சஞ்சனாவின் அறையிலேயே கேட்டது.

"அவ மொபைலை எடுத்துக்கவே இல்லை, ரிஷி..." பவானியின் குரல் அழுகைக்குத் தயாராயிற்று.

"எனக்கென்னவோ பயமா இருக்கு, ரிஷி...!" என்றவள் குரல் பிசிறியது.

"அவ ஒண்ணும் சின்னப் பெண் இல்ல, பவானி. ஏதோ காரணத்தோடதான் போயிருப்பா. ஒருவேளை நாம சிங்கப்பூர் வேலை வேண்டாம்னு சொன்னது அவளுக்குக் கோபமோ என்னமோ? சிங்கப்பூர்கூடப் போயிருக்கலாம் அவ. நீ பயப்பட வேண்டாம். எங்க இருந்தாலும் அவ பாதுகாப்பா இருப்பா. தான் போன வேலை முடிஞ்சதும் அவ திரும்பி வந்துடப்போறா... அதுவரை நாம பொறுமையா இருப்போமே. ஒரு வருஷம் அவ படிப்புக்காகப் பிரிஞ்சு இருந்ததில்லையா என்ன?"

“அதில்ல, ரிஷி. நமக்கும் அவளுக்கும் நடுவில் அப்படி என்ன சொல்லக்கூடாத ரகசியம்? நம்மை அவ ரொம்ப அலட்சியப்படுத்தற மாதிரித் தோணுது எனக்கு. மனசு வலிக்குது, ரிஷி.”

“அவ செயலுக்கு ஏதாவது நியாயமான காரணம் இருக்கும், பவானி. நம்ம பெண்ணை நாமளே புரிஞ்சுக்கலைன்னா எப்டி? அமைதியா இரு. ஒரு வயசுக்குமேல பெற்ற பெண்ணாகவே இருந்தாலும்கூட அவ அந்தரங்கத்துல தலையிடக்கூடாது. அவளா சொல்ல விருப்பப்பட்டா சொல்லட்டும். அவ திரும்பி வந்தபிறகுகூட நீ எதுவும் கேட்காதே, சரியா...?”

ரிஷி என்னதான் ஆறுதல் வார்த்தைகள் சொல்லி அவளை அமைதிப்படுத்த முயன்றாலும் பவானியின் மனம் சமாதானமாகவில்லை.

“மனசு சரியில்லை, ரிஷி. நா இன்னிக்கு வரல. நீங்க கிளம்புங்க. இன்னிக்கு மெட்டீரியல்ஸ் வெளில போகணும். நீங்க பார்த்துக்குங்க. நா சாப்பாடு அனுப்பி வைக்கிறேன் உங்களுக்கு...” என்றபடி, அவருக்குச் சிற்றுண்டி அளித்து அனுப்பிவிட்டுச் சஞ்சனாவின் அறைக்கு வந்தாள். அப்படி என்ன வேலையாக அவள் பதினைந்து நாள் வீட்டைவிட்டு வெளியேறி இருக்கிறாள் என்று தெரிந்துகொள்ளாவிடில் மண்டை வெடித்துவிடும் போலிருந்தது.

அவளது புத்தக அலமாரி, மேஜை, இழுப்பறைகள், கணிப்பொறி, இருப்பிடம் அனைத்தையும் குடைந்தாள். பிறகு ஏதோ தோன்றக் கணிப்பொறியை இயக்கினாள் அவள். சஞ்சனா அதில் பதிவுசெய்து வைத்திருந்த கோப்புகளை ஒவ்வொன்றாகப் பிரித்துப் பார்த்தாள். அப்படி எந்த ரகசியமும் அவள் கண்களில் சிக்கவில்லை.

அதேநேரம் ஃபோன் அடித்தது. பாய்ந்து சென்று எடுத்தாள், சஞ்சனாவாக இருக்குமோ என்று. ஆனால் பேசியது வினீத்.

"சஞ்சனா வந்தாச்சா, ஆன்ட்டி...? அவ மொபைல் அடிச்சுக்கிட்டே இருக்கே."

"அவ மொபைல் எடுத்துக்கிட்டுப் போகல, வினீத்."

"எப்போ வருவான்னு ஏதாவது சொன்னாளா, ஆன்ட்டி?"

பவானி ஒரு வினாடி யோசித்தாள். என்ன பதில் சொல்வது இவனுக்கு? பெண் பதினைந்து நாள் கழித்துத்தான் வருவாள் என்றால் எங்கே போயிருக்கிறாள் என்று கேட்டால், எங்களுக்குத் தெரியாது என்று சொன்னால், அவன் என்ன நினைத்துக்கொள்வான்...?

உண்மையைச் சொல்வதா ஏதாவது பொய் சொல்லி மழுப்புவதா? ஒரு காதலியை நினைத்தபோது தொடர்புகொள்ள முடியாவிட்டால், அது அவனுக்குச் சங்கடத்தைத் தராதா? அதுவும் தொலைத்தொடர்பு வசதி உச்சத்தில் இருக்கிற இன்றைய காலகட்டத்தில்! உண்மையைச் சொன்னால் அவன் எப்படி எடுத்துக்கொள்வான்? ஒருவேளை... சஞ்சனாவைச் சந்தேகப்பட்டால்? பவானி குழம்பினாள்.

"ஆன்ட்டி... என்னாச்சு... லைன்ல இருக்கீங்களா?" வினீத் இரண்டுமுறை கேட்டதும் சட்டெனச் சுதாரித்துக் கொண்டாள். என்ன ஆனாலும் சரி, உண்மையைச் சொல்வதுதான் நல்லது எனத்தோன்றியது. தவிரப் பொய் சொல்லிப் பழக்கமில்லை. அவள் மெல்லிய குரலில் நடந்ததைக் கூறினாள்.

"கொஞ்ச நாளாவே அவள் முகத்துல ஏதோ யோசனை ஓடிட்டே இருந்துது, வினீத், உங்ககிட்ட ஏதாவது சொன்னாளா?"

"அப்டியெல்லாம் எதுவும் இருக்காது, ஆன்ட்டி. நீங்க கவலைப்படாதீங்க. ஏதாவது முக்கியமான வேலையா போயிருப்பா."

"அதை எங்ககிட்ட சொல்லிட்டே போகலாமே. ஏன் இப்படிக் கடிதம் எழுதி வெச்சுட்டு..."

“அவ சின்னக் குழந்தையில்ல, ஆன்ட்டி. பதினைஞ்சு நாள்ல அவ சொன்னபடி வந்துடுவா. நீங்க கவலைப்படாதீங்க.”

வினீத் அவளுக்கு ஆறுதல் கூறிவிட்டு, போனை வைத்தான்.

பவானி மீண்டும் கணிப்பொறிக்கு அருகில் வந்து அமர்ந்தாள். இம்முறை புகைப்படச் சேமிப்பைத் தேர்ந்தெடுத்து ஒவ்வொன்றாகப் பார்த்தாள். சின்ன வயதிலிருந்து எடுக்கப்பட்ட அவளது புகைப்படங்களைக் கண்கள் பளபளக்கப் பார்த்தாள். அதற்கடுத்த ஆல்பத்தில் ஐதராபாதில் எடுக்கப்பட்ட படங்கள். அதற்கும் அடுத்த ஆல்பத்தில் வினீத்தின் சிறு வயதுப் புகைப்படங்கள் என்று போட்டிருக்க, அதை ஆச்சர்யத்துடன் ஒவ்வொன்றாகப் பார்த்துக் கொண்டே வர, ஒரு புகைப்படத்தைக் கண்டதும் அதிர்ச்சியில் அவள் விழிகள் நிலைகுத்தி நின்றன.

***

அத்தியாயம் 17

புதுடில்லி விமான நிலையம் ஏகக்கெடுபிடிகளோடு இயங்கிக் கொண்டிருந்தது. விமானங்கள் தரையிறங்குவதும் விண்ணில் பறப்பதுமாயிருந்தன. அனைத்து மொழிகளும் காற்றில் இங்குமங்கும் மிதந்து கொண்டிருந்தன. கன்வேயர் பட்டையில் நகர்ந்து வந்துகொண்டிருந்த தனது பெட்டியை எடுத்துக்கொண்டு நடந்தாள், சஞ்சனா.

பணியிலிருந்த சர்தார்ஜி ஒருவன் பயணிகளைப் படு அலட்சியமாகப் பார்த்தபடி, அவர்களது கைப்பைகளைச் சோதித்துக் கொண்டிருந்தான். அவன் பார்வையிலிருந்த துவேஷம் பயமுறுத்துவதாக இருந்தது. 'பாவம்தான் அந்தப் பயணிகள்' என நினைத்தபடி நடந்தாள். காத்திருக்கும் இடத்திலிருந்து தான் புதிதாக வாங்கியிருந்த மொபைல் போனில் ஒரு எண்ணைத் தொடர்பு கொண்டாள்.

"ரேகா! உன்னை எங்கே வந்து பார்க்க...? சரி, நா வந்துடறேன்."

அவள் மொபலைத் துண்டித்துவிட்டு, மேலும் நடந்து, கண்ணாடிக் கதவு ஒன்றைக் கடந்தபோது, எதிரில் வந்த பெண் ஒருத்தி அவளை அணைத்துக் கொண்டாள்.

"நீ கேட்டபடி கடந்த ஐந்தே வருடத்தில் இங்கிருந்து காட்மாண்டு சென்ற பயணிகள் பட்டியலில் நிருபமாங்கற

பேரில் உள்ளவர்கள் அனைவருடைய விலாசமும் சேகரித்து வைத்திருக்கேன். நிருபமாங்கிறது யாரு, சஞ்சனா?"

"நானே பார்த்ததில்லை. ஆனா எனக்குத் தேவையான நிருபமாவோட புகைப்படம் எங்கிட்ட இருக்கு."

ரேகா தனது அலமாரியிலிருந்து ஒரு கவரை எடுத்துக் கொடுத்தாள்.

"ஜாக்கிரதை, சஞ்சு... இப்டியெல்லாம் நாங்க தனிப்பட்ட நபர்களுக்கு விவரங்கள் கொடுக்கக்கூடாது. நீ என் தோழி. உன்னால் எனக்கு எந்தப் பிரச்சனையும் வந்துடக்கூடாது. சரியா?"

"நிச்சயம் வராது. ஒரு நல்ல காரியத்துக்குத்தான் நீ உதவி செய்யற. உனக்கு எந்தப் பிரச்சனையும் வராது. என்னை நீ நம்பலாம்."

சஞ்சனா மீண்டும் ஒருமுறை அவளுக்கு நன்றி சொல்லிவிட்டுக் கிளம்பினாள்.

"டெல்லில எங்க தங்கப்போற, சஞ்சு?"

"ஒரு சிநேகிதி வீட்டில்தான்."

"ஏன், நா சிநேகிதி இல்லையா, உனக்கு?"

"அப்டியில்ல, ரேகா. நீ புதுசா கல்யாணமானவ. உங்க தனிமையை நா கெடுக்க விரும்புவேனா, சொல்லு."

"அதெல்லாம் இல்ல."

"சரி, போறதுக்குள்ள உங்க வீட்டுக்குக் கண்டிப்பா வரேன்..."

சஞ்சனா கிளம்பினாள்.

மும்பையில் கல்லூரித்தோழி ஒருத்தி விமான நிலையத்தில் பணியாற்றிக்கொண்டிருந்தது ஒருவகையில் அதிர்ஷ்டம்தான். சமய சஞ்சீவி மாதிரிச் சிலநேரம் நண்பர்கள்

கைகொடுக்கிறார்கள். அவள் காலியாக இருந்த இருக்கை ஒன்றில் அமர்ந்து கவரைப் பிரித்தாள்.

கடந்த ஐந்து வருடத்தில் ஜூன் முதல் ஆகஸ்ட் வரை காத்மாண்டுக்குப் பயணம் செய்தவர்களின் பெயர்ப் பட்டியலில் நிருபமா என்ற பெயரில் ஏழு பேர் இருந்தார்கள். அதில் இருவர் இளம் வயதினர். இன்னும், இருவர் அறுபது வயதிற்கும் மேற்பட்டவர்கள். ஐம்பது வயதிலிருந்து ஐம்பத்திரண்டு வயதுக்குட்பட்டவர்கள் என்று பார்த்தால் மூவர்தான் இருந்தார்கள்.

அவர்களில் இருவரது கணவரின் பெயர் வட இந்தியப் பெயராக இருந்தது. மீதம் இருந்த ஒரு நிருபமாவின் விலாசம் சென்னை என்றிருக்க, சஞ்சனாவின் முகம் சற்றே மலர்ந்தது. அதிலிருந்த தொலைபேசி எண்ணோடு உடனடியாகத் தொடர்பு கொண்டாள். வெகுநேர முயற்சிக்குப் பிறகு, மறுமுனையில் டெலிபோன் எடுக்கப்பட்டது.

"யார் வேணும்?" மறுமுனையில் பெண்குரல் ஒன்று கேட்க, சஞ்சனா அவசரமாகக் கேட்டாள்.

"நான் நிருபமாவோட பேச முடியுமா?"

"நீங்க யாரு?"

"நான் அவங்களுக்குத் தூரத்து உறவு. தயவுசெய்து அவங்களைக் கூப்பிடுங்க."

"சாரிங்க. அவங்க இங்க இல்ல."

"எங்க இருக்காங்க? நீங்க அவங்களுக்கு என்ன வேணும்?"

"அவங்க என் அண்ணி. ஆனா தற்சமயம் அவங்க இங்க இல்ல."

"அவங்களை எங்க சந்திக்கலாம்? அவங்க இருக்கிற முகவரி தர முடியுமா?"

“என்ன விஷயமா அவங்களைப் பார்க்க விரும்பறீங்க? உங்க பேர் என்ன?”

“ஒரு முக்கியமான விஷயமா...”

“சாரி. அவங்களைப்பத்தி எந்தத் தகவலும் கொடுக்கமுடியாத நிலையில் இருக்கேன்.”

“ப்ளீஸ்...”

“மன்னிச்சுடுங்க...” மறுமுனை சடாரெனத் தொடர்பைத் துண்டிக்க, சஞ்சனா திகைத்தாள். தான் தேடும் நிருபமாவின் விலாசம் இதுதானா? அல்லது இது வேறு யாரோவா...? குழம்பினாள். குழப்பத்தையும் மீறி அவளது உள்மனம் சொல்லியது, இது அப்பாவின் நிருபமாதான் என்று.

சஞ்சனா தோழியின் உதவியோடு அடுத்தாற்போலச் சென்னைக்குச் செல்லும் விமானத்தில் பயணச்சீட்டு வாங்குவதற்கு முயற்சித்தாள்.

அடுத்தநாள் மாலை செல்லும் விமானத்தில்தான் இடமிருப்பதாக ரேகா சொல்ல, உடனே பணம் கட்டினாள். அன்று ஒருநாள் சிநேகிதியின் வீட்டில் கழித்துவிட்டு அடுத்தநாள் மாலை சென்னை செல்லும் விமானத்தில் ஏறினாள். இரவு பத்தரை மணிக்கு மீனம்பாக்கத்தில் தரையிறங்கிய விமானத்திலிருந்து இறங்கியவள் முதல் காரியமாக வினீத்திற்கு ஃபோன் செய்தாள்.

“சஞ்சனா! நீயா...?” வினீத்தின் குரலில் பெரிய நிம்மதி தெரிந்தது. “எங்க போய்ட்ட நீ...?”

“சொல்றேன். நீ உடனே மீனம்பாக்கம் வர முடியுமா? விமான நிலையத்துல இருக்கேன் நான்.”

“என்ன கேள்வி இது? உடனே வரேன் நான்.” அவன் தொடர்பைத் துண்டித்துவிட்டுக் கிளம்பினான்.

இரவுநேரம் என்பதால் போக்குவரத்து சற்றுக் குறைவாக இருந்ததால், வேகமாகச் செல்ல முடிந்தது.

முக்கால் மணியில் விமான நிலையத்தை அடைந்தான். தனிமையில் சோர்வாக அமர்ந்திருந்தவளின் அருகில் சென்றான்.

“ஏதாவது சாப்ட்டயா நீ?”

“விமானத்துல கொடுத்ததே நல்லாதான் இருந்துது. சாப்ட்டேன்.”

“என்னாச்சு சஞ்சு, உனக்கு? உங்கம்மா அப்பா எவ்ளோ கவலைப்படறாங்க தெரியுமா? எங்கிட்ட விசாரிச்சாங்க... நிருபமாவைத் தேட இப்பொ என்ன அவசரம்?”

“நல்ல விஷயத்தை நாள் தள்ளிப்போட முடியாது; வினீத். அவங்க முகத்தைப் பார்க்காம இனி எனக்குத் தூக்கமில்லை. எனக்கு நம்பிக்கையிருக்கு. நா அவங்களைக் கண்டுபிடிப்பேன்.”

“சரி, நீ சென்னைக்கு வந்த காரணம்?”

வினீத் கேட்க, சஞ்சனா அதுவரை தான் எடுத்த முயற்சிகளைப் பற்றிக் கூறினாள்.

“நாம நாளைக்கு இந்த விலாசத்திற்குப் போய்ப் பார்க்கணும், வினீத்.”

“எனக்கென்னவோ இது பைத்தியக்காரத்தனமா தோணுது, சஞ்சு. எதுக்காக உன்னை நீ இப்டி வருத்திக்கறே? இருபத்தைஞ்சு வருஷமா அந்தக் குடும்பம் அவங்களைத் தேடிப் பார்த்திருக்க மாட்டாங்களா? எல்லாரையும் விட்டுட்டு ஒதுங்கிப்போய் அமைதியா இருக்கிறவங்களை எதுக்காகத் தேடிப்பிடிச்சுத் தொந்தரவு செய்யணும்? இந்த முயற்சியை இதோட விட்டுடேன், சஞ்சு.”

“மன்னிச்சுடு, வினீத். நீ இப்டி எதிர்மறையாப் பேசறது எனக்குக் கஷ்டமார்க்கு. நீ எனக்குத் தோள் கொடுத்து உதவுவேன்னு நெனச்சேன். எனக்கு அவங்களைப் பார்க்கணும்,

வினீத். என்னைப் புரிஞ்சுக்கோயேன்!'' சஞ்சனா கண்கள் பளபளக்க அவனைப் பார்த்தாள்.

''நா என்ன செய்யணும், சொல்லு. உனக்காக எதுவும் செய்ய நா தயார்.'' வினீத் அவளைப் பரிவோடு பார்த்தபடி சொன்னான். அவளை அழைத்துக் கொண்டு வீட்டுக்கு வந்தான். பாட்டியும் மற்றவர்களும் நன்கு தூங்கிக் கொண்டிருக்க, அவளைத் தன் அறையில் படுக்கச் சொல்லிவிட்டுத் தான் ஹால் சோபாவில் படுத்தான்.

விடியற்காலையில் அவள் எழுந்து பால்கனிக்கு வந்தபோது, கீழே புல்வெளியில் பாட்டியும் பேத்தியும் இறகுப்பந்து விளையாடிக் கொண்டிருந்தார்கள்.

''அழுகுணி ஆட்டம் ஆடாதே, பாட்டி''

''நானா அழுகுணி...? உங்க தாத்தாவைக் கேள், சொல்லுவார்.''

''ஆமா... உனக்கு எதிரா ஒரு வார்த்தை சொல்லிடுவாரா உம் புருஷன்...? இந்த வயசுக்கு ஒரு சின்னப் பெண்ணை இப்டி ஏமாத்தறயே... நல்லார்க்கா உனக்கு?''

''குட்மார்னிங்''

சண்டைபோட்டுக் கொண்டிருந்த இருவரும் குரல் வந்த திசை நோக்கி நிமிர்ந்து பார்த்தார்கள்.

''அட, சஞ்சு...! இதென்ன மாயாஜாலம்! நாங்க எப்டி மும்பைக்கு வந்தோம். ஆச்சர்யமால்ல இருக்கு''

''அதைவிட ஆச்சரியம், நீங்க இளமையா நிருபமா மாதிரியும், நிருபமா உங்களை மாதிரிப் பாட்டியாகவும் எப்படி மாறுனிங்க?''

சஞ்சனா கிண்டலடிக்க, நிருபமா இடுப்பில் கைவைத்து அவளை முறைத்தாள்.

"ஓஹோ. வினீத் ஒருத்தன் பத்தலைன்னு நீங்களும் வந்துட்டீங்களா, என்னோட வம்பு பண்ண?"

சஞ்சனா சிரித்தாள்.

"என்ன சஞ்சு... வினீத்தைப் பார்க்காம இருக்க முடியலைன்னு எங்களை வீட்டோட தூக்கிட்டு மும்பைக்கு வந்துட்டயா?"

பாட்டி வியர்வையைத் துடைத்தபடி, விஷமமாகக் கேட்டுச் சிரிக்க, சஞ்சனா கீழே இறங்கி வந்தாள்.

"உண்மையைச் சொல்லணும்னா உங்களைப் பார்க்காம இருக்க முடியல, பாட்டி"

"அதுக்காக இப்டி அண்டார்ட்டிகாவையே தூக்கித் தலையில் வைக்கக் கூடாது."

பாட்டி அவளுக்குக் காப்பி போட்டு எடுத்துவந்து நீட்டினாள்.

எட்டுமணி வாக்கில் வினீத்தை அழைத்துக்கொண்டு கிளம்பினாள்.

"எத்தனை மணிக்கு ரெண்டு பேரும் வருவீங்க? என்ன சமைக்கட்டும்?"

"ஒரு நாளைக்கு உன் பத்தியச் சாப்பாட்டுலேர்ந்து விடுதலை குடேன். நாங்க வெளில சாப்டுக்கறோம்."

வினீத் காரைக் கிளப்பினான்.

***

மெலிதான வீணை இசையோடு கார் வேளச்சேரியை நோக்கிச் சென்றது.

"கிட்ட வாயேன்."

கதவோரம் ஒதுங்கி அமர்ந்திருந்தவளை இடதுகையால் இழுத்து அணைத்துக் கொண்டான்.

"ஒழுங்கா சாலையைப் பார்த்து ஓட்டு. அப்புறம் வெச்சுக்கலாம் இதெல்லாம்..."

"ஒண்ணு செய். நீ கார் ஓட்டு. நா உன்னைப் பார்த்துக் கொண்டே வரேன்."

"உங்கம்மா நம்ம கல்யாணத்தைத் தள்ளிப்போட்ருக்காங்களா? இல்ல, நிறுத்தி வெச்சுட்டாங்களா, வினீத்?"

"திடீர்னு என்ன கேள்வி இது? எங்கம்மாமேல உனக்கு ஏன் இந்த அவநம்பிக்கை?"

"எங்கப்பா மன்னிக்கக்கூடிய தப்பையா செய்திருக்கார்?"

"எது சரி, எது தப்புன்னு தீர்ப்புச் சொல்ற உரிமையை நாம எடுத்துக்கக்கூடாது, சஞ்சு. உண்மை என்னன்னு தெரிஞ்சுக்காம சரி தப்புன்னு தீர்மானிக்கறதும் தப்பு. இக்கட்டான நிலையில் மனுஷனுக்குத் தேவை நிதானம். நிதானமா இரு. எல்லாம் நல்லபடியா முடியும்னு நம்பு."

"விலாசத்தைக் கோட்டை விட்டுடாம நீ நிதானமா வண்டி ஓட்டு முதல்ல..."

"நீ நிதானமாயிட்டயா?"

"ஆய்ட்டேன்."

"எப்டி நம்பறது?"

"......."

"என் கன்னத்துல முத்தமிட்டா நம்பறேன்."

"நீ நம்பவே வேண்டாம். ஆளைவிடு, வினீத். அங்க பார் வாசுகி தெருன்னு போட்ருக்கு. திருப்பு. திருப்பு. காரைத் திருப்பு..."

"அவசரப்படாதே" வினீத் காரைத் திருப்பினான். கதவு எண் பார்த்துக் காரை நிறுத்தினான். வீடு அழகாயிருந்தது.

அழைப்பு மணியை அழுத்திவிட்டுக் காத்திருந்தாள்.

"யாரு?" என்றபடி கதவு திறந்த பெண்ணைப் பார்த்ததும் சஞ்சனா ஒரு கணம் திகைக்க, அந்தப் பெண்ணும் இவளைக் கண்டு திகைத்து நின்றாள்.

ஆரம்பித்த இடத்திற்கே மீண்டும் வந்தாற்போலிருந்தது. நெருங்கி விட்டாற்போலிருந்த நிலவு மீண்டும் தொலை தூரத்திலிருந்து கண் சிமிட்டியது.

❋❋❋

அத்தியாயம் 18

"என்ன சஞ்சனா, இப்டி திகைச்சுப்போய் நிக்கறே? வா, உள்ளே வா... எப்படி என் வீடு தெரிஞ்சுது? சித்ராக்காவா விலாசம் கொடுத்தா?" விஜி ஆச்சர்யத்தோடு வரவேற்க, சஞ்சனா திகைப்பு மாறாமல் அவள் பின்னால் உள்ளே போனாள்.

"இது உங்க வீடா?"

"ஏன்...? என்ன சந்தேகம்? ஆனா உண்மையைச் சொல்லணும்னா இது எங்க நிருபமா மன்னியோட வீடு. தற்காலம் இங்க நானும் என் குடும்பமும் இருக்கோம். என்னிக்காவது பிரணவ் அண்ணா திரும்பி வந்தா அவன்கிட்ட இந்த வீட்டை ஒப்படைச்சுட்டுக் கிளம்பிடுவோம்."

வினீத் எதுவும் புரியாமல் அவர்களைப் பார்த்துக் கொண்டிருந்தான்.

"சொல்ல மறந்துட்டேன். இது வினீத். ஐ.எஸ்.பி.ல என்னோட படிச்சவர்."

"ஓ வினீத்தா? வாணி சொல்லியிருக்கா. உங்க ரெண்டு பேர் காதலைப் பற்றி."

"வினீத்... இது வாணியோட சித்தி."

வினீத் விஜியை வியப்போடு பார்த்தான். பாஸ்போர்ட்டில் மட்டும் நிருபமா இந்த விலாசத்தை அளித்திருக்கிறாள்

என்பதும் புரிந்தது. இனி என்ன செய்யப்போகிறாய் என்பதுபோல அவன் சஞ்சனாவைப் பார்த்தான். அவள் தலைகுனிந்து அமர்ந்திருந்தாள்.

"வராதவங்க வந்திருக்கீங்க. நா டிபன் பண்றேன். சாப்டுட்டுத்தான் போகணும்." விஜி எழுந்தாள்.

"வீட்ல வேறு யாருமில்லையா?"

"அவர் ஆபீஸ் வேலையா நாக்பூர் போயிருக்கார். பையன் ஸ்கூலோட சுற்றுலா போயிருக்கான். பொண்ணு டியூஷன் போயிருக்கா."

காய்கறிக் கூடையிலிருந்து இரண்டு வெங்காயம் எடுத்து நறுக்க, சஞ்சனா அவள் நறுக்குவதைச் சற்றுநேரம் வேடிக்கை பார்த்தாள்.

"உங்க பிரணவ் அண்ணன் வருவார்ங்கற நம்பிக்கை இன்னும் உங்களுக்கு இருக்கா?"

"நம்பிக்கை இருக்கறது தப்புன்றியா?"

"அய்யோ! நா அப்டி சொல்லலை."

"என்னைவிட அப்பா அதிகம் நம்பறார். தான் கண்ணை மூடறதுக்குள்ள ஒரு கணமாவது அவனைப் பார்த்துடுவோம்னு. அந்த நம்பிக்கையில்தான் தன் உசிரை இழுத்துப் பிடிச்சுவெச்சிருக்கிறதா சொல்லுவார்."

விஜி சொல்ல, சஞ்சனா உதட்டை கடித்துக்கொண்டாள். இதோ இருக்கிறார். உங்கள் பிள்ளை என்று அப்பாவை இழுத்துக் கொண்டுபோய் அவர்முன் நிறுத்திவிட மனம் துடித்தாலும், அமைதியாக நின்றிருந்தாள். அப்பாவை இழுத்துக் கொண்டுவர முடியாது. அவர் தவறை அவர் உணர்ந்து வருந்த வேண்டும். பெற்றவர்களை ஒதுக்கி, மணந்தவளைக் கைவிட்டு, மற்றொரு பெண்ணையும் முட்டாளாக்கி... இன்னும் எத்தனை பேரை ஏமாற்றுவார் அப்பா!

ஊத்தப்பமும் சட்னியும் சுவையாக இருந்தாலும், இறங்கவில்லை. விலாசம் என்று எதுவும் இல்லாதவளை இனி எங்கேயென்று தேடுவது? அவளது நம்பிக்கை சற்றே தளர்ந்தது. இமயம்தான் அவளது வீடு என்று தாத்தா சொன்னது நினைவுக்கு வந்தது. ஆனால் அந்த இமயத்தின் விஸ்தீரணம் சாமான்யமானதா? அதன் மடியில் எத்தனை எத்தனை ஆசிரமங்கள். அதில் எதில் இருக்கிறாள் அவள் என்று எப்படி அறிவது? சஞ்சனா திகைத்தாள்.

''என்ன செய்யப்போறே சஞ்சு...?'' திரும்புகிற வழியில் கேட்டான் வினீத்.

''எனக்கு நம்பிக்கையிருக்கு, வினீத்.''

அன்றிரவு வலைத்தளத்தில் அவள் தனது மின்னஞ்சல் பக்கத்தைத் திறந்து பார்த்தாள். அம்மாவிடமிருந்து ஒரு அஞ்சல் வந்திருந்தது.

''நீ எங்கிருந்தாலும் உனது மின்னஞ்சலைப் பார்ப்பாய் என்கிற நம்பிக்கையோடு இந்தக் கடிதத்தை எழுதுகிறேன். உன்னிடம் பேசுவதற்கு எனக்கு நிறைய விஷயங்கள் உள்ளன. தயவுசெய்து இந்தக் கடிதம் கண்டதும் நீ உடனே வீட்டிற்கு வரவும்.''

சஞ்சனா அம்மாவிற்குப் பதில் அனுப்பவில்லை. மும்பைக்குத் திரும்பிச் செல்லும் எண்ணமும் அவளுக்கு இல்லை.

நெடுநேரம் பேசிய களைப்பில் அனைவரும் உறங்கிப் போயிருந்தார்கள். சஞ்சனா மொட்டை மாடிக்கு வந்தாள். ஏற்கெனவே அங்கே நின்றிருந்த வினீத்தைப் பார்த்ததும் வியந்தாள்.

''தூங்கலையா நீ இன்னும்?''

''கண்டிப்பா உனக்குத் தூக்கம் வராதுன்னு எனக்குத் தெரியும். தூக்கம் வராட்டா நீ இங்கதானே வருவ! உன்னைத்

தூங்க வெக்கறதுக்காகத்தான் நா இங்கே காத்திருக்கேன்..." வினீத் அவளை நோக்கித் தன் இரண்டு கரங்களையும் நீட்டியபடி புன்னகைத்தான். சஞ்சனா நெகிழ்ந்து போனாள். சட்டென அந்தக் கரங்களுக்குள் தஞ்சமானாள்.

வினீத் ஒரு குழந்தையைப்போல் அவளைத் தோளில் சாய்த்து முதுகுதட்டினான். தலையை வருடிக் கொடுத்தான்.

"உன் உணர்வுகள் எனக்குப் புரியுது, சஞ்சு. இந்த நேரத்துல உனக்குத் தேவை பொறுமையும் தைரியமும்தான். நம்முடைய துயரங்கள் எல்லாம் நம்முடைய பலவீனத்தால்தான் ஏற்படுகின்றனன்னு விவேகானந்தர் சொல்லியிருக்கார். எப்பொ பலவீனம் ஏற்படறதோ, அப்பவே மரணிக்க ஆரம்பிச்சுடறான் மனுஷன். பலவீனத்தை விரட்ட சக்தியைக் கூட்டிக்கணும். சக்திங்கிறது உடல்சக்தி மட்டுமல்ல. ஆன்ம சக்தியும் சேர்ந்ததுதான். இறைமையிடம் சக்தியை யாசிக்கிற ஒரு வேதமந்திரம் இருக்கு."

அவன் அந்த மந்திரத்தைக் கூறினான்.

"இதோட அர்த்தத்தைச் சொல்றேன். கடவுள்கிட்ட நீயும் கேளு."

"இறைவா! நீ ஆன்மசக்தியாய் இருக்கிறாய். எனக்கும் ஆத்மசக்தியைத் தருவாய். நீ ஒழுக்கசக்தியாக உள்ளாய். எனக்கும் ஒழுக்கசக்தியைத் தருவாய். நீ தேகசக்தியாக இருக்கிறாய். எனக்கும் தேகசக்தியைத் தா. உனது தெய்வீகசக்தியை எனக்கும் கொடு. நீ தைரியசக்தி. எனக்கும் தைரியத்தை அளி. நீ பொறுமையாய் இருக்கிறாய். எனக்குப் பொறுமையை அருள்வாய்."

வினீத் சொல்லச்சொல்ல, அவள் விழியகலப்பார்த்தாள்.

"புரியுதா...? பொறுமையும் ஒரு சக்திதான். அடுத்து என்ன செய்யணும்னு பொறுமையோட யோசி. பொறுமை நரம்புகளைப் பலப்படுத்தும். நரம்புகள் உறுதியானால் மன

அழுத்தங்களைத் தாங்கும் சக்தி அதிகமாகும். இது எளிதானது இல்ல. ஆனா முடியாததும் இல்ல.''

சஞ்சனா அவனையே பார்த்தாள். ''நீ எவ்ளோ அழகா பேசற, வினீத்! எப்டி இவ்ளோ அழகா வேதமந்திரம் சொல்றே?''

''அம்மாவோட ஆசைப்படி கொஞ்சகாலம் வேதமும் படிச்சிருக்கேன். தாத்தாகிட்டேர்ந்து கற்றுக்கொண்டதும் நிறைய. நம் வேரை நாம் மறந்துடக் கூடாதுன்னுதானே அம்மா என்னை இங்கே அனுப்பினதே...''

''உன்னைச் சந்திக்க வெச்சதுக்காக அந்தக் கடவுளுக்கு நா நன்றி சொல்றேன், வினீத்.''

அவள் சொல்ல, வினீத் அன்போடு புன்னகைத்தான்.

''சரி. என் மடில துங்கறயா... இல்ல, உன் அறையில் தூங்கறியா?''

''உன் மடி சுகம்தான்.''

''அப்போ படு...'' வினீத் அவளைத் தன் மடியில் சாய்த்துக்கொண்டான். மெல்ல அவள் கேசம் கோதினான்.

''நீ திருமந்திரம் படிச்சிருக்கியா, வினீத்?''

''திடீர்னு என்ன திருமந்திரத்துக்குத் தாவிட்ட? படிச்சிருக்கேன். அதுக்கென்ன?''

''வாணியோட தாத்தா அவ கல்யாணத்துக்கு முன்னால அவளுக்கும் ரஞ்சித்துக்கும் திருமந்திரம் புஸ்தகம் பரிசாக் குடுத்து அதுலேர்ந்து முக்கியமான சில விஷயங்களை ரெண்டு பேர்க்கும் சொன்னாராம். புருஷன் பொண்டாட்டி தெரிஞ்சுக்க வேண்டியதுன்னு சொன்னா, வாணி. தாத்தாவைக் கேட்டா நீயும் வினீத்தும் சேர்ந்து இங்க வரும்போது ரெண்டு பேர்க்கும் நிச்சயமா சொல்றேன்னார். அப்டி என்ன இருக்கு அதுல?''

வினீத் அவளைப் புன்னகையோடு பார்த்தான்.

"அவசியம் நீ தெரிஞ்சுக்கத்தான் வேணும். அதைப்பத்தி நானும் படிச்சிருக்கேன். வேதம் படிச்சப்போ திருமந்திரமும் ஒரு ஆர்வத்தில் படிச்சது."

"என்ன படிச்சேன்னு சொல்லேன்."

"பரியங்க யோகம்னு ஒரு தந்திரம். அவர் தன்னோட பாடல்களை எல்லாம் முதலாம் தந்திரம், இரண்டாம் தந்திரம்னு தந்திரங்களாகத் தொகுத்திருக்கார். அதுல இது மூணாம் தந்திரம். பரியங்கம்னா கட்டில். யோகம்னா சேர்க்கை. கட்டில் சேர்க்கை. புருஷன் பொண்டாட்டி எப்டி சிற்றின்பத்தில் ஈடுபடணும், என்ன மனநிலையில் இருக்கணும், போகத்தை யோகமாக்கறவழி அதை ஒழுங்கா செய்தால் சிற்றின்பம் பேரின்பமாகும். அந்த இன்பநிலையில் இறைதரிசனம் கிடைக்கும்ங்கறார்.

பெற்ற சிற்றின்பமே பேரின்பமாய் அங்கே
முற்ற வரும்பரி சுந்தீபற

பேரொளியை அடைவதற்குச் சிற்றின்பம் ஒரு குறுக்குவழி. நாதமும் விந்துவும் கலக்கும் அந்த சங்கமத்தில் மனம் சிவசக்தியை நினைக்கையில் நமது சிரசில் சிவசக்தியைத் தரிசிக்கலாம்."

"நாதம்னா?"

"நாதம்னா பெண்ணின் சக்தி. 'நாதவிந்துகலாதீ நமோ'ன்னு ஒரு பாட்டே உண்டு. பெண் சக்தி. ஆண் சிவம். சிவனில்லாம சக்தியில்லை. சக்தியில்லாம சிவமும் இல்லை. இரண்டும் சேர்ந்ததுதான் உலகம். சிறந்த பெண்ணை மனைவியாக அடைந்து புணர்கின்ற ஆண்மகன் ஆனந்தமடைகிறான். ஆணும் பெண்ணும் சரிபாதியாய் இருப்பது கட்டிலில்தான். இதை வெறும் காமப் பரிமாற்றமாக நினைக்காமல் புனிதமான விஷயமாகச் செய்தால் இன்பத்தின் உச்சியில் இறைமையைத் தரிசிக்கலாம். அதாவது இறைதரிசனத்திற்கு சிற்றின்பமும்

ஒரு வழின்னு அழகா சொல்லியிருக்கார். தவிர இதுக்கான வயசைக்கூடச் சொல்லியிருக்கார்னா பார்த்துக்கோ.

ஏய்ந்த பிராயம் இருபது முப்பதும்
வாய்ந்த குழலிக்கும் மன்னர்க்கும் ஆனந்தம்

பெண்ணுக்கு வயசு இருபதும், ஆணுக்கு முப்பதும் இருக்கணும். ஐம்புலன்களும் இன்புறப் போகத்தை யோகமாக்கும்போது பஞ்ச பூதங்களின் வடிவமான சிவனைத் தரிசிக்கலாம். வயிற்றுக்குக் கீழே சுவாதிஷ்டமானத்திலிருக்கும் காமாக்னியை மூலாதாரம் மூலமா புருவ மத்திக்குக் கொண்டு செல்லும்போது இந்த உடல் மனம் எல்லாம் மறந்து ஆணும் பெண்ணும் ஜோதிமயமாக, ஒரு சமாதி நிலைக்கு மாறிடலாம்னு சொல்றார். மொத்தத்துல கட்டிலறைங்கறது வெறும் சதைகள் சங்கமிக்கற இடமல்ல. ஆன்மாக்கள் இணைந்து இறைதரிசனம் பண்ற கருவறைங்கறார். கட்டிலறையைக் கோயிலாய் மாத்தற வழிதான் பரியங்க யோகத்துல சொல்லப்பட்டிருக்கு.''

சஞ்சனா விழியகல அவனை இமைக்காமல் வியப்போடு பார்த்தாள். ''அடேயப்பா...! இவ்ளோ விஷயம் தெரிஞ்சு வெச்சிருக்க... பெரிய ஆள்தான் நீ! ஆனா எவ்ளோ உண்மை இல்ல இது! உண்மையிலேயே நா ரொம்பக் கொடுத்து வெச்சவ, வினீத். உன்னை மாதிரி ஒரு நல்லவனை, விஷய ஞானியைச் சந்திக்கவெச்ச அந்தக்கடவுளுக்கு எப்டி என் நன்றியைச் சொல்லப் போறேன்...!''

''அது ஒண்ணும் கஷ்டமில்ல. கல்யாணத்துக்குப் பிறகு நாம செய்யப்போற பரியங்க யோகத்தில் இறைதரிசனம் செய்யும்போது ரெண்டு பேரும் சேர்ந்தே அவனுக்கு நன்றி சொல்லிட்டா போச்சு.''

சஞ்சனா வெட்கமும் சந்தோஷமுமாக அவன் மார்பில் முகத்தைப் புதைத்துக் கொண்டாள்.

"ஓகே. பனிபெய்ய ஆரம்பிச்சுடும். கீழே போகலாம் வா."

சஞ்சனா எழுந்தாள்.

"நல்லா தூங்கு. கார்த்தால புத்துணர்ச்சியோட எழுந்திரு. அடுத்து என்ன செய்யலாம்னு அப்புறம் யோசிப்போம்."

வினீத் இரவு வணக்கம் சொல்லிவிட்டுச் சென்றான்.

சஞ்சனா படுக்கையில் சம்மணமிட்டு அமர்ந்தாள். கண்மூடிக் கொண்டாள்.

"இறைவா! சக்தி கொடு, பொறுமையைக் கொடு. என் முயற்சிகளில் உடன் இரு. அவள் முகத்தைக் காணும் வரம் கொடு."

பிரார்த்தனைக்குப் பிறகு சிரமமின்றி உறக்கம் தழுவியது. அடுத்த நாள் அவள் மீண்டும் டெல்லிக்குப் புறப்பட்டாள்.

"அடுத்து என்ன செய்யப் போற, சஞ்சு?" விமான நிலையத்தில் அவளிடம் கேட்டான், வினீத்.

"வலைத்தளத்தில் ஓரளவுக்கு இமயத்தில் இருக்கிற ஆசிரமங்களைப் பற்றிய தகவல்களை எடுத்து வெச்சிருக்கேன். டெல்லி போனதும் அங்கேர்ந்து ரிஷிகேஷ், ரிஷிகேசத்துலேர்ந்து என் தேடுதலைத் துவங்கலாம்னு இருக்கேன்."

"உங்கம்மா அப்பாக்கு என்னன்னு சொல்லுவ? எங்கே போயிருந்தேன்னு கேப்பாங்களே...!"

"என்னிக்கிருந்தாலும் உண்மை வெளிச்சத்திற்கு வந்துதானே ஆகணும்? தேவைப்பட்டா உண்மையைச் சொல்லுவேன்"

"இந்த உண்மை உன் வீட்ல குழப்பத்தை ஏற்படுத்துமே... இதனால உங்கம்மாதானே அதிகமா பாதிக்கப்படுவாங்க...?"

"எப்போ ஒரு உண்மை உங்கம்மாவுக்குத் தெரிஞ்சுதோ, அது எங்கம்மாவுக்கும் தெரியணும், வினீத். அதுதான் நல்லது. நாம சந்திக்கவே இல்லன்னா, சந்தித்தபின் காதலிக்கலன்னா

இந்த விஷயம் வெளில தெரியாமலே போயிருக்கும். ஆனா இப்பொ அப்டியில்ல. நீயும் நானும் கணவன் மனைவியா வாழ்நாள் முழுக்க வாழ்ந்தாகணும். உங்கம்மாக்கு என்னைப் பார்க்கும்போதெல்லாம் எங்கப்பாவோட துரோகம் நினைவுக்கு வந்துட்டே இருக்கும். எங்கப்பாவையும் அம்மாவையும் அவங்களால மதிக்கமுடியாம போகும். அது எனக்குக் கஷ்டமா இருக்கும்.''

''நிருபமாவைச் சந்திச்சுட்டா இந்தச் சிக்கல்லாம் தீர்ந்துடும்னு எப்டி சொல்ற?''

''இதோ பார், வினீத். நடந்துபோன எதையுமே நம்மால மாத்திட முடியாது. ஆனா நடந்த விஷயங்களுக்காக வருத்தம் தெரிவிக்கலாம், இல்லையா? மன்னிப்புக் கேட்கலாம், இல்லையா? தவறு செய்த எங்கப்பா தன் தவறை உணர்ந்து நிருபமாகிட்டேயும், எங்கம்மாகிட்டயும் அதுக்காக வருத்தம் தெரிவிக்கணும், மன்னிப்புக் கேட்கணும்னு நா ஆசைப்படறேன். அதுக்காகத்தான் நிருபமாவைத் தேடறேன். அவங்க இருக்கிற இடம் தெரிஞ்சுட்டா அதுக்கப்புறம் அப்பா அம்மாவை அங்க கூட்டிட்டுப் போவேன். நிருபமாவோட ஆசீர்வாதத்தோடதான் நம்ம கல்யாணம் நடக்கணும்னு ஆசைப்படறேன்.''

''உன் ஆசை ஈடேறட்டும். ஆனா என் கவலை நீ தனியா இமயத்துக்குப் பயணப்படணுமேங்கறதுதான்.''

சஞ்சனா அவனையே பார்த்தாள்.

''என்கூட அலைய உன்னால முடியுமா, வினீத்? முடியும்னா நீயும் ஏன் என்னோட வரக்கூடாது? நீ வந்தா என் சக்தி கூடிடும்னு தோணுது.''

வினீத்தின் முகம் மலர்ந்தது.

''நீ கேக்கணும்னுதான் காத்திருந்தேன். நீ டெல்லிக்குப் போ, சஞ்சு. நா இன்னும் ரெண்டேநாள்ல வந்து உன்னோட

சேர்ந்துக்கறேன். கல்யாணத்துக்கு முன்னாலேயே ஜோடியா தீர்த்த யாத்திரை போகற பாக்கியம் வேற யாருக்குக் கிடைக்கும்? நமக்குக் கிடைக்கப் போகுது.''

வினீத் அவளைச் சந்தோஷமாக வழியனுப்பி வைத்தான்.

பணி சார்ந்த பயிற்சியின் நிமித்தம் தான் மும்பைக்குச் செல்வதாக வீட்டில் சொல்லிவிட்டு இரண்டு நாளில் டெல்லிக்கு விமானமேறினான்.

ரேகாவிடமிருந்து அவளது செல்பேசிக்கு ஒரு தவறவிட்ட அழைப்பு வந்திருப்பதைக் கண்டதும், சஞ்சனா உடனடியாக ரேகாவோடு தொடர்பு கொண்டாள்.

''கூப்ட்டிருந்தயா, ரேகா? என்ன விஷயம்?''

''உனக்கொரு நல்ல செய்தி சொல்லத்தான்.''

''என்ன...?''

''நீ எங்க இருக்க இப்போ?''

''டெல்லிலதான். ஏன்?''

''என்னோட வேலை செய்யற ஒரு நண்பரோட சித்தப்பா எட்டு வருஷமா தொடர்ந்து கயிலாயம் போறவர்னு எதேச்சையா தெரிஞ்சது. நா உடனே அவரைச் சந்திச்சு நிருபமா சங்கரன்னு யாரையாவது தெரியுமான்னு கேட்டேன். நல்லாவே தெரியும். அந்தம்மாவை மாதிரி ஒரு மனுஷியைப் பார்ப்பது அபூர்வம். அப்படி ஒரு தெய்வீகப் பெண்மணி. நானும் அவங்களும் ஒருமுறை ஒரே குழுவில் கயிலாயம் போனப்பதான் அவங்களைப் பழக்கமாச்சு. ருத்ரப்பிரயாகையில் ஒரு ஆசிரமத்தில தான் இருப்பதாகவும், பத்ரி, கேதார்க்கு எப்போதாவது வந்தா தன் ஆசிரமத்திற்கு வரவேண்டுமென்றும் சொல்லியிருக்காங்க. ஒருமுறை நா கேதார்க்குப் போனப்போ அவங்க ஆச்ரமத்துல ஒருநாள் தங்கியிருந்தேன்னு சொன்னார். அவர் சொல்ற நிருபமாவும் நீ தேடற நிருபமாவும் ஒரே

ஆளாகத்தான் இருக்கணும்னு எனக்குத் தோணுது. அதான் உடனே உனக்கு ஃபோன் பண்ணினேன்.''

''கடவுளே...!'' சஞ்சனாவின் முகம் பளிச்சிட்டது. கடவுள் ஏதோ ஒருவிதத்தில் தனக்கு வழி காட்டுவதாக உணர்ந்தாள். அந்த மனிதரின் தொலைபேசி எண்ணை ரேகாவிடமிருந்து பெற்றுக்கொண்டு உடனடியாய் அவருடனும் பேசினாள். அந்த ஆச்ரமத்தின் இருப்பிடத்தையும், செல்லும் வழியையும் அவரிடம் கேட்டுக்கொண்டு மீண்டும் ரேகாவிடம் பேசினாள்.

''மிகப்பெரிய உதவியைச் செய்திருக்க, ரேகா. இந்த உதவியை நா ஏழேழு ஜென்மத்துக்கும் மறக்கமாட்டேன். எந்த இலக்குமில்லாம பயணப்படத் தயாரா இருந்த எனக்குப் பளிச்சுனு ஒரு வழியைக் காட்டியிருக்க. எனக்குக் கடவுள் நம்பிக்கை அதிகமாயிருக்கு ரேகா. அம்மா அடிக்கடி சொல்லுவாங்க. ஒவ்வொரு மனுஷனும் ஏதாவது ஒரு வினாடியில் கடவுளை உணர்வான்னு. நா இந்த வினாடியில் உன் மூலம் உணர்றேன்.''

சஞ்சனா உணர்ச்சிவசப்பட்டாள்.

''என் சிநேகிதிக்காக இதுகூடச் செய்யலன்னா எப்டி, சஞ்சு? ஓகே.. உன் பயணம் வெற்றியடைய என்னோட வாழ்த்துக்கள்.''

சஞ்சனா மொபைலை வைத்தாள்.

அடுத்தநாள் அவர்கள் ஸ்ரீநகருக்குப் பயணமானார்கள்.

❋❋❋

அத்தியாயம்

19

பசுமை, பசுமை. எங்கும் பசுமை. இமயத்தின் அழகும் பிரும்மாண்டமும் வனப்பும் வர்ணிக்க முடியாததாயிருந்தது. இயற்கையின் அந்த விஸ்வரூபத்திற்குமுன் மனிதன் வெறும் தூசுதான் என்பது புலப்பட்டது.

ஸ்ரீநகரிலிருந்து ருத்ரப்பிரயாகை வந்து சேரும்போது பிற்பகலாயிருந்தது. அதிகச் சிரமமின்றி நிருபமாவின் ஆசிரமத்தைக் கண்டுபிடிக்க முடிந்தது.

ஏனோ தெரியவில்லை. சஞ்சனாவின் படபடப்பு அதிகரித்தது. கால்களில் ஒரு நடுக்கம் தெரிந்தது. காவியணிந்த ஒரு சன்யாசி தென்பட, ஆங்கிலத்தில் அவரிடம் நிருபமாவைப் பார்க்க வந்திருப்பதாகக் கூறினாள். ஆங்கிலம் தெரியாது என்று அவர் ஹிந்தியில் கூற, அவள் உடனே ஹிந்தியில் மீண்டும் கூறினாள்.

"மாதாஜியைப் பார்க்கவா வந்தீர்கள்? எங்கிருந்து வருகிறீர்கள்?"

"டெல்லியிலிருந்து."

"மாதாஜி தற்சமயம் ஆசிரமத்தில் இல்லையே, அம்மா."

அவர் சொல்ல, இருவரது முகமும் ஏமாற்றத்தில் வாடியது.

“எங்கே போயிருக்கிறார்? எப்போது வருவார்? அவர் வரும்வரை காத்திருக்கவும் நாங்கள் தயார்.”

“அப்படியானால் நீங்கள் இன்னும் முப்பது நாட்கள் காத்திருக்க வேண்டும்.”

“முப்பது நாட்களா?” சஞ்சனா திகைக்க, அவர் புன்னகைத்தார்.

“மாதாஜி நேற்று முன்தினம்தான் கயிலை யாத்திரைக்காகப் புறப்பட்டுச் சென்றார். இம்முறை இந்திய வழியில் செல்வதற்கு அவருக்கு அனுமதி அளிக்கப்பட்டிருக்கிறது.”

“தற்போது எங்கு சென்றால் அவரைப் பார்க்க இயலும்?”

“அவருடைய பயண நிரல் எதுவும் எனக்குத் தெரியாதம்மா. நான் இந்த ஆசிரமவாசியுமில்லை. அவர் இல்லாத நிலையில் இங்கு வருபவர்களுக்கு உதவுவதற்காக இங்கே தற்சமயம் இருக்கிறேன். அவ்வளவே. மாதாஜி மிக எளிமையானவர். அவரது உதவிக்கென்று இங்கு ஒரே ஒருவர்தான் இருக்கிறார். அவரும் வாய்பேச இயலாதவர். அவரிடம் கேட்டறிவதும் சிரமம். உங்களைப் பார்த்தால் களைப்பாகத் தெரிகிறீர்கள். உள்ளே உணவு தயாராகிக் கொண்டிருக்கிறது. இருந்து பசியாறி விட்டுச்செல்லுங்கள். இங்கு வருபவர்கள் உணவருந்தாமல் சென்றால் மாதாஜியின் மனம் வருத்தப்படும்.”

சன்யாசி உள்ளே செல்ல, சஞ்சனா வினீத்தைப் பார்த்தாள். “இங்கு வருவதற்கு முன் நானே ரேகாவிடம் பேசினேன். இந்த முறை டெல்லியிலிருந்து காட்மாண்டு போகிறவர்களில் நிருபமாவின் பெயர் இருந்தால் உடனே தெரிவிக்கச் சொல்லி. அவள் பெயர் இல்லை என்று ரேகா சொன்னதும் ஆச்சர்யமாக இருந்தது. ஆனால் இந்தியவழியை நான் சுத்தமாக மறந்துவிட்டேன்.”

“நாம் உடனே டெல்லிக்குத் திரும்ப வேண்டும். இந்திய வழியில் செல்லும் குழுக்களையும், அவர்கள் என்றைக்குக்

கயிலாயத்தை அடைவார்கள் என்கிற விவரத்தையும் யார் மூலமாவது கேட்டறிய வேண்டும். அதே நேரம் தனியார் மூலம் நாம் இருவரும் கயிலாயம் செல்வதற்கு எப்படியாவது ஏற்பாடு செய்தாக வேண்டும். உனக்கொன்றும் இதில் ஆட்சேபணையில்லையே?''

''கொடுத்து வைத்திருக்கவேண்டுமே, இதற்கு. நீ உடனே ரேகாவிடம் பேசு. நான் நமது கயிலை யாத்திரைக்கு ஏற்பாடு செய்கிறேன்.'' வினீத் தனது மொபைலுடன் எழுந்து சென்றான்.

***

உணவு தயாராகி இருப்பதாகச் சன்யாசி வந்து அழைத்தார். வினீத் ஃபோன் பேசிவிட்டு வந்தான். காட்டுமரத்தின் இலைகளை ஒன்றுசேர்த்துச் சாப்பிடும் இலை தயாரிக்கப்பட்டிருந்தது. சப்பாத்தியும், பருப்பும், கீரைக் கடைசலும், அரிசிச்சோறும் அந்தச் சூழலுக்கும், வயிற்றுப் பசிக்கும் அமிர்தமாயிருந்தன.

ஒரு வசதியுமில்லாத இடத்தில் யாத்ரீகர்களின் பசியை நீக்க வேண்டும் என்கிற நோக்கமும், அதிலிருந்த அன்பும் அந்த உணவில் கலந்திருந்ததாலேயே அதன் சுவை பலமடங்கு கூடியிருந்ததாகத் தோன்றியது. இமயத்தில் அதுபோல் சிறிதும் பெரிதுமாகப் பல ஆசிரமங்களிருந்தன.

சஞ்சனா சாப்பிடும்பேது அந்தக் கூடத்தைச் சுற்றித் தன் கண்களை ஓடவிட்டாள். சுவரில் ஒரு வெண்ணிற மலையின் விதவிதமான தோற்றங்கள் படங்களாகத் தொங்கிக் கொண்டிருந்தன.

''இதென்ன மலை?'' என்றபடி அருகில் சென்று நோக்கினாள். அடுத்த வினாடி அவள் கண்கள் வியப்பில் விரிந்தன.

''இதுதான் கயிலாய மலை. அதன் வடிவம் ஒவ்வொரு திசையிலும் ஒவ்வொரு விதமாயிருக்கும்.''

சன்யாசி விவரிக்க, சஞ்சனா அந்தப் படங்களைவிட்டுக் கண்களை எடுக்கவேயில்லை. அவள் கனவில் கண்ட அதே மலை! மலைக்கு முகம் உண்டா என்று அவள் வியந்ததுபோய், இதோ இருக்கிறதே என்று காட்டியது கயிலை மலை!

தெய்வமே, இதென்ன விந்தை! நான் கண்டே இராத ஒரு தெய்வீக முகம் என் கனவில் வந்தது எப்படி? என்ன அர்த்தம் இதற்கு? இறைமையின் நோக்கம்தான் என்ன? அவளுக்குப் புரியவில்லை. பிரமிப்பின் உச்சியிலிருந்தது அவள் மனம்.

"அதான் நேரில் பார்க்கப் போகிறாயே. போகலாமா?" பின்னால் வினீத்தின் குரல் கேட்க, திரும்பினாள்.

"நிஜமாவா சொல்றே?"

"ரெண்டு குழுவில் நமக்கு இடம் கிடைக்க வாய்ப்பிருக்கு. ஆனா நிருபமா என்னிக்கு கயிலாயத்துல இருப்பான்னு தெரிஞ்ச பிறகுதான் நம்ம தேதியை முடிவு பண்ண முடியும். ரெண்டு நாள்ல வருகையை உறுதிப்படுத்தறதா மட்டும் சொல்லியிருக்கேன்."

அவன் சொல்லச் சொல்ல அவள் முகம் மலர்ந்தது.

"ரேகாவும் ரெண்டு நாள்ல இதுபத்தி விசாரிச்சு சொல்லிடறதா சொல்லியிருக்கா."

"அப்டின்னா நாம் உடனடியா டெல்லிக்குப் போனாதான் சரியார்க்கும்."

சன்யாசியிடமிருந்து விடைபெறச் சென்றார்கள். "மாதாஜியின் புகைப்படம் ஏதாவது இங்கு உள்ளதா? நான் பார்க்க முடியுமா?" அவள் கேட்டாள்.

"அவருக்கு அதில் ஆர்வமில்லை. ஆயினும் அன்பர் ஒருவர் எப்போதோ கயிலாயத்தில் எடுத்துக்கொடுத்த புகைப்படத்தை மட்டும் தனது அறையில் வைத்திருக்கிறார்."

"பார்க்கலாமா?"

"தாராளமாக. அறை திறந்துதான் உள்ளது. அப்படி ஒன்றும் அங்கே பொக்கிஷங்கள் இல்லை."

அவர் அறையைக் காட்ட, இருவரும் உள்ளே சென்றார்கள். இருண்ட ஒரு மூலையில் மாட்டியிருந்த படத்திற்குமுன் செல்ஃபோனிலிருந்த டார்ச் ஒளியைக் காட்டினான் வினீத். கயிலாயமலைக்கு முன் சம்மணமிட்டுக் கண்மூடி அமர்ந்திருந்த நிருபமாவின் முகம், வினீத்தின் பிறந்தநாள் விழா வீடியோவில் கண்ட அதே முகம்தான்.

மிக இளமையாக இருந்தாள். இருபத்து ஐந்து ஆண்டுகளுக்கு முன்பே அவள் கயிலாயம் சென்றிருக்கவேண்டும் எனப்புரிந்தது. குளிருக்கான ஆடைகள் கூட அணியாமல், சாதாரணப் புடவை ரவிக்கையில் இப்படி அமர்ந்திருக்க எப்படித்தான் முடிந்ததோ?

அவள் முகத்தின் தெய்வீகம் விவரிக்க இயலாததாயிருந்தது. தனது செல்ஃபோன் காமராவால் அந்தப் புகைப்படத்தை ஒரு புகைப்படம் எடுத்துக் கொண்டாள். அதைத் தனது செல்போன் திரையின் படமாக மாற்றிக் கொண்டு சந்தோஷமாக அங்கிருந்து கிளம்பினாள்.

"இரண்டு நாள் முன்னாடி இங்கு வந்திருந்தால் அவங்களைப் பார்த்திருக்கலாம் இல்ல?" வினீத் வருத்தத்துடன் சொன்னான்.

"நாம அவங்களைக் கயிலாயத்தில் வைத்துப் பார்க்கவேண்டும் என்பதுதான் இறைமையின் தீர்மானமோ என்னவோ?" சஞ்சனா தான் கண்ட கனவை அவனிடம் கூற அவன் முகம் வியப்பிலாழ்ந்தது.

"நாம சந்திச்சதும் அதன்பிறகு அடுத்தடுத்து நடக்கற சம்பவங்களையும் வைத்துப் பார்க்கிறபோது எனக்கென்னமோ ஏதோ ஒரு சக்தி நம்மை அதன் போக்கில் இயக்கறாப்போல தோணுது."

சஞ்சனா மேலும் வியப்போடு கூறினாள்.

சன்யாசியை வணங்கிவிட்டு அவர்கள் விடைபெற்றார்கள். அடுத்தநாள் மாலை அவர்கள் டெல்லியை அடைந்த கையோடு ரேகாவைச் சந்தித்தார்கள்.

''நிருபமாவின் குழு இந்திய வழியில் கிளம்பிச்சென்று இன்று மூன்று நாளாகிறது. இன்றைய இரவு டார்ச்சுலா என்கிற இடத்தில் தங்குவார்களாம். இன்றிலிருந்து சரியாக ஒன்பதாவது நாள் அவர்கள் மானஸரோவரில் இருப்பார்கள். பதினான்காம் நாள் அங்கிருந்து கிளம்புகிறார்கள். டக்ளகோட் வழியாக அவர்கள் லிப்புலேக் கணவாய் மூலம் இந்திய எல்லைக்குள் நுழைந்துவிட்டால் டெல்லியை அடைய ஏழு எட்டு நாட்களாகும்.''

''இந்தத் தகவல் போதும். நன்றி, ரேகா!'' சஞ்சனா வினீத்தைப் பார்த்தாள்.

''நிருபமா மானஸரோவரை இந்திய வழிமூலம் அடையும்போது நாமும் நேபாள வழியாகச்சென்று அடைய வேண்டும், வினீத். எவ்வளவு பணமானாலும் சரி, ஏற்பாடு செய். உன் நண்பரிடம் கேள்.''

வினீத் தன் நண்பனோடு தொடர்புகொண்டான். சற்றுத் தள்ளிச்சென்று பேசினான். பிறகு திரும்பி வந்தான். சஞ்சனா ஆவலோடு அவன் முகத்தைப் பார்த்தாள்.

''நம்மை ஒரு சக்தி இயக்குகிறதென்று சொன்னாயல்லவா? அது உண்மைதான். அடுத்தவாரம் இதேநாள் நாம் காட்மாண்டுவில் இருப்போம். கடைசி நேரத்தில் செல்வதால் சீன விசா கிடைப்பது சற்றுக் கடினம் என்றாலும், எப்படியாவது வாங்கிவிடுவார்கள். பணம் அதிகமானாலும் பரவாயில்லை என்று கூறியிருக்கிறேன்.''

''கண்டிப்பாகக் கிடைத்து விடுமா?''

''நம்மை இயக்குபவன் நம் வரவை விரும்புகிறான் என்றால், சீன அரசு நமக்கு விசா கொடுத்துத்தானே ஆக

வேண்டும்...? எல்லாவற்றையும் இறைவன் பார்த்துக்கொள்வான். இனி நம் பயணம் அவன் கவலை. நீ துணிமணிகளையும் மற்றப்பொருட்களையும் தயார் செய்துகொள். ஒரு நீண்ட பட்டியலே இருக்கிறது என் மின்னஞ்சலில், அந்தப் பட்டியல் இந்நேரம் வந்திருக்கும்.''

அடுத்தநாள் முதல் அவர்கள் பயண முன்னேற்பாடுகளில் மும்முரமானார்கள். குளிர் தாங்கும் ஆடைகளும், மலையேற்றத்திற்கான ஷூக்களும், கம்பளிக் காலுறைகளும், கையுறைகளும் என்று நிறையப் பொருட்கள் வாங்கினார்கள்.

புறப்படுவதற்கு முதல்நாள், விசா கிடைத்துவிட்ட தகவல் நண்பனிடமிருந்து கிடைத்தது.

நேபாளத் தலைநகரில் விமானம் தரையிறங்கியது.

''கோயில் கோயிலா சுத்தற அம்மாவை நா கேலி செய்திருக்கேன். என்னையும் வரச்சொன்னா சலிச்சுக்குவேன். பின்னாடி என்ன நடக்கப் போகுதுன்னு தெரியாம நாம எவ்ளோ அசட்டுத்தனமா நடந்துக்கறோம் இல்ல? சாமி கும்பிடவும் யாத்திரை செல்லவும் வயசு இருக்குன்னு நெனச்சேன்.''

''நீ இப்பொ சாமி கும்பிடவா போறே? நிருபமாவைத் தேடித்தானே போற... ஆனா ஒண்ணு, சஞ்சு. நீ விரும்பினாலும் விரும்பாட்டாலும் கயிலாயத்தின் மண்ணை மிதிக்கிற வாய்ப்புக் கிடைக்கப்போறதே! அதுக்கென்ன சொல்ற?''

''சொல்றதுக்கு என்ன இருக்கு? எனக்குள்ள ஒருவிதப் படபடப்பு கூடிட்டே வருது. அதுக்கு என்ன காரணம்னு தெரியலை. நிருபமாவைச் சந்திக்கிறவரை இந்தப் படபடப்பும் இருக்கும்னு நினைக்கிறேன்.''

அவன் சிரித்தான்.

அடுத்தநாள் அவர்கள் நேபாள எல்லையைக் கடந்து சீன ஆதிக்கத்திலிருந்த திபெத்தில் நுழைந்தார்கள்.

நேபாளத்தின் பசுமை போர்த்திய மலைகள் மாறித் திபெத்தின் அந்தப் பகுதியில் பழுப்புநிற மலைகள்கூட அழகாகவே இருந்தன. உயர மாறுபாட்டின் காரணமாக ஒரு சிலருக்கு அங்கேயே மூச்சிரைக்க ஆரம்பித்தது. டயாமாக்ஸ் மாத்திரையின் உபயத்தில் தலைவலி இல்லை. வினீத்தும் அவளும் மலைப்பாதையில் முடிந்தவரை நடந்துவிட்டு வந்தார்கள். காற்று திடீர் திடீரென்று சூறாவளியைப் போல் சத்தமாக வீசியது. திபெத்தியக் குழந்தைகளின் வறுமை மனதை என்னமோ செய்தது.

இரவு டின்னருக்குப்பின் குளிரில் நடுங்கியபடி அறைக்கு வந்தார்கள்.

அடுத்தநாள் அடுத்த தங்குமிடம் நோக்கி அவர்களது வாகனங்கள் மலைகளில் ஊர்ந்து சென்றன. பாதையே இல்லாத பரந்த திபெத்தியப் பீடபூமியில் புழுதி பறக்க வாகனங்கள் செல்ல, தூரத்து வெள்ளிச் சிகரங்களை ரசித்தபடி பயணித்தார்கள். "மானஸரோவரை எப்போது அடைவோம்?" ஓட்டுநரிடம் விசாரித்தாள். இரண்டுவிரல் காட்டிச் சிரித்தார் அவர்.

ரெண்டு நாளாகுமா? இந்நேரம் நிருபமா மானஸரோவரை அடைந்திருப்பாளா? என்ன செய்து கொண்டிருப்பாள்? எங்கே தங்கியிருப்பாள் அவள்? கண்டுபிடித்துவிட முடியுமா? எப்படி அறிமுகப்படுத்திக்கொள்வது?

சஞ்சனா அவளோடு பேசுவது குறித்து மனதுக்குள் ஒத்திகை பார்த்துக்கொண்டாள். தான் யார் என்பது தெரிந்தவுடன் அவளது எதிர்வினை என்னவாக இருக்கும்? அதிர்ச்சியடைவாளா? அப்பாவின்மீது அவளுக்கு இன்னமும் வெறுப்பும் கோபமும் இருக்குமா? அவரைச் சந்திக்க விரும்புவாளா? அல்லது இனி அவர் முகத்திலேயே விழிக்கமாட்டேன் என மறுத்துவிடுவாளா?

யோசிக்க யோசிக்கப் படபடப்பும் ஆர்வமும் அதிகரித்தது.

அன்றிலிருந்து மூன்றாவது நாள் அவர்களது வாகனங்கள் மானஸரோவரை அடைய, பச்சையும் நீலமுமாய்ப் பரந்து விரிந்திருந்த அந்த ஏரியின் அழகில் மனசு சொக்கிப் போயிற்று. ஏரியின் மற்றொரு புறம் யாரோ தவம் செய்வதைப்போல் வெள்ளை வெளேரென உயர்ந்து விளங்கிய ஒரு மலைதான் கயிலாயம் எனத் தெரிந்ததும் இமைக்க மறந்தாள்.

கண்களிலிருந்து மெல்லிய கோடாக நீர் வழிந்தது. நீலநிற ஏரியையும், வெள்ளை நிறக் கயிலையையும் பார்க்கப் பார்க்க உடம்பு சிலிர்த்தது. மனசுக்குள் சொல்லவொண்ணாத அமைதி பரவுவதை உணர்ந்தாள்.

❋❋❋

அத்தியாயம் 20

கடல்மட்டத்திலிருந்து பதினைந்தாயிரம் அடி உயரத்தில் பரந்து விரிந்திருந்த மானஸரோவர் ஏரியின் அழகை ரசித்தபடி அதன் கரையில் சம்மணமிட்டு அமர்ந்திருந்தாள், சஞ்சனா. சிற்றலைகள் கரையைத் தொட்டுச் செல்ல, பொன்னிற அன்னங்கள் ஏரியின் நடுவே கூட்டம் கூட்டமாய் நீந்திச் செல்ல, ஏரிக்கு மறுபுறம் தூரத்தில் மற்ற மலைகளுக்கு நடுவே தனித்துக் கம்பீரமாய்த் தெரிந்தது கயிலைமலை. வேறெங்கும் காணமுடியாத தெய்வீக அமைதி அங்கே நிரம்பியிருந்தது.

பார்த்துக் கொண்டிருக்கும்போதே நிறம் மாறி ஜாலம் காட்டியது மானஸரோவர் ஏரி. இந்த அழகையெல்லாம் இவள் காண வேண்டும் என்பதனால்தான் நிருபமாவைப் பற்றிய ரகசியங்கள் வெளிப்பட்டதா? இல்லாவிட்டால் இங்கு வருவது குறித்து அவள் யோசித்திருக்கக்கூட மாட்டாளே! வியப்பாக இருந்தது சஞ்சனாவுக்கு. விரும்பினாலும் விரும்பாவிட்டாலும் எது நடக்க வேண்டுமோ அது நடக்கும் எனப் புரிந்தது.

அவளை அழைத்தபடி வந்தான் வினீத். அவளருகில் வந்தான்.

“நாம வர்றதுக்கு கொஞ்சம் முன்னாடிதான் இந்திய வழியில் வந்தவர்களில் பாதிப்பேர் மானஸ்ரோவரை வலம்வரக் கிளம்பினாங்களாம். மீதிப்பேர் கயிலாய பரிக்கிரமா

செய்ய டார்ச்சேன் போயாச்சாம். மானஸரோவரை வலம் வரப்போனவங்க நாளைக்குத்தான் வருவாங்கன்னு கேள்வி. அல்லது நேரா டார்ச்சேன் போனாலும் போய்டுவாங்களாம். நாம நாளைக்குக் காலைல இங்க பூஜை முடிச்சபிறகு டார்ச்சேன் கிளம்பிடுவோம். அங்கே எப்டியும் நிருபமாவைக் கண்டுபிடிச்சுடலாம்னு நினைக்கிறேன்.''

சஞ்சனா மானஸரோவருக்கு மறுகரையில் தெரிந்த கயிலை மலையை நோக்கி வணங்கினாள்.

''உன் காலடியில் நான் நிருபமாவைச் சந்திக்க வேண்டும். அவள் முகம் காண அருள் செய், ஈசனே...!''

உள்ளம் உருக வேண்டினாள்.

அடுத்த நாள் மதியம் அவர்கள் கயிலையின் அடிவாரத் தங்குமிடத்திற்குப் போய்ச் சேர்ந்ததும், இந்திய வழியில் வந்த குழுவைப்பற்றி விசாரித்தபோது, அவர்கள் அதுவரை வந்து சேரவில்லை என்றார்கள்.

அன்று இரவு உணவு முடியும்வரை இந்தியக்குழு வந்துசேராத நிலையில் குளிரில் வெளியில் வரவும் முடியாமல் படுக்கப் போனார்கள்.

அதற்கடுத்த நாள் காலை நான்கு மணிவாக்கில் வினீத் எழுந்து வெளியில் சென்றவன், பதினைந்து நிமிடத்தில் வேகமாகத் திரும்பி வந்தான்.

''நிருபமா வந்தாச்சு, சஞ்சனா. ஆனா மூணு மணிக்கே எழுந்து ஆத்மலிங்க தரிசனம் பண்றதுக்காகக் கிளம்பிப்போய்ட்டதா அவளோட அறை நண்பர்கள் சொன்னாங்க.''

''இப்ப என்ன செய்யலாம்?''

''நீ சொல்லு...''

''நாம்பளும் அங்கே போனா என்ன?''

''அஷ்டபத்வரை நாம ஜீப்ல போகணும். ஜீப் கிடைக்கணுமே...''

''எப்டியாவது ஏற்பாடு செய், வினீத்.'' சஞ்சனா கெஞ்சினாள்.

''நா நம்ம வழிகாட்டியிடம் பேசறேன்.'' வினீத் சென்றான்.

அரை மணியில் திரும்பி வந்தான்.

''நம்ம ரெண்டு பேருக்காக அஷ்டபத்துக்கு ஒரு வண்டியை அனுப்பறது கஷ்டம்னு ரொம்பப் பிடிவாதம் பிடிச்சார். நம்ம அவசரத்தைக் கூறி அதுக்கான பணமும் தர்றதா சொல்லிய பிறகு, ஒரு வழியா அரை மனசோட சம்மதிச்சார். நம்ம உதவிக்கு ஒரு ஷெர்பாவையும், இரண்டு திபெத்திய உதவியாளர்களையும் அனுப்பறதா சொன்னார். பத்து நிமிஷத்துல வண்டி வந்துடும். உள்ள கடுமையான குளிரா இருக்குமாம். தேவையான குளிர் உடைகளைப் போட்டுக்க...''

ஒரு முதுகுப் பையில் சாக்லேட்டுகளும் உலர்பழங்களும், தண்ணீர் பாட்டில்களும், சக்தி பானங்களும் எடுத்துக்கொண்டு கிளம்பினார்கள்.

வளைந்து நெளிந்து சென்ற ஜீப் ஓரிடத்தில் மலைப் பாதையில் குலுங்கியபடி ஏறிச்சென்றது. பாதையென்று ஏதும் இல்லாத கடினமான மலையேற்றத்தில் லாகவமாக ஜீப்பை ஓட்டிச் சென்ற ஓட்டுநரின் திறமையை வியந்தான் வினீத். ஐந்தே நிமிடத்தில் டார்ச்சேன் கிராமம் வரைபடம் போலப் பள்ளத்தில் தெரிந்தது.

முக்கால் மணிநேரத்திற்குப் பின் ஓரிடத்தில் வண்டி நின்றது. ஷெர்பா 'அதோ, பாருங்கள்' என்று கைகாட்டிய இடத்தில் பளிச்சென்று தெரிந்த கயிலை மலையையும், நந்திமலையின் பின்புறத்தையும் கண்டதும் உடம்பு சிலிர்ப்பதை உணர்ந்தாள், சஞ்சனா.

மலைக்கு முகம் இருக்குமா...? இதோ இருக்கிறதே! இதுதான் இறைமையின் முகமா? இதைத்தான் கனவில் கண்டாளா?

என்ன அதிசயம் இது! அவள் உறைந்து நின்றாள். அந்த அழகான காட்சியிலிருந்து கண்களை எடுக்க முடியவில்லை. ஒரு மலை சிவலிங்கமாய், மற்றொன்று நந்தியாக, அங்கே இயற்கையாகக் கோயில் கொண்டிருந்ததைக் காணக் காண ஆச்சர்யம் கூடியது.

“முடிஞ்சவரை வேகமாக நடங்க. நான் உங்களுக்கு முன்னால வேகமா நடந்து போறேன். நீங்க சொன்ன நிருபமாவைச் சந்திச்சா அவங்களை உங்ககிட்ட கூட்டிட்டு வரேன்.''

ஷெர்பா வெகுவேகமாக நடந்தான். மலையேற்றம் அவர்களுக்குச் சர்வசாதாரணம் என்பது போலிருந்தது, அவனது நடை.

திபெத்திய உதவியாள் அவளது கையைப் பற்றிக்கொண்டு, அவளை அழைத்துச் சென்றான். விஸ்தாரமான பழுப்புநிற மலைத் தொடர்களில் சிறு புள்ளிகளாய் அவர்கள் ஊர்ந்து சென்றார்கள். அஷ்டபத்திலிருந்து உட்புறமாய்க் கயிலை மலையை நோக்கிச் செல்லச் செல்ல மலையேற்றத்தின் கடுமை அதிகரித்தது.

உதவியாள் அவளைப் பார்த்துச் சிரித்தான். இதற்கே இப்படி மூச்சு வாங்குகிறாயே என்பதுபோல். எத்தனை மலை ஏறி இறங்கினார்கள் என்று தெரியவில்லை. நந்தியின் அடிப்பாகத்திலிருந்து பார்க்க நந்தி மலையின் பின்புற உயரம் பிரமிப்பூட்டுவதாக இருந்தது.

ஒரு மலையின் உச்சியிலிருந்து பார்த்தபோது கயிலைமலை அடியும் முடியுமாக முழுத்தோற்றத்தோடு தெரிந்தது. அதன் உச்சியிலிருந்து பனித்துகள்கள் சரிந்து அதனடியில் சிறு குன்றுபோல் குவிந்திருந்தன. அதுவே ஆத்மலிங்க தரிசனம் என்று உதவியாள் கூற, சஞ்சனாவின் தேகம் மெலிதாய் நடுங்கிற்று.

அந்த இடத்தின் புனித அதிர்வுகள் அவளை என்னமோ செய்தன. கயிலையைப் பற்றி அவளுக்கு எதுவும் தெரியாது. ஆனாலும் அங்கே அந்த இடத்தில் எல்லாம் தெரிந்ததுபோல் ஒரு உணர்வு ஏற்பட்டது. அதைவிட ஆச்சரியம் கயிலையின் உச்சியில் தெரிந்த ஈசனின் முகம்தான். அவளுக்குத் தான் கண்ட கனவு நினைவுக்கு வந்தது.

சிறிதும் பெரிதுமாய் மலைகள். முடிவற்ற நடை. அந்த மலைகளுக்கிடையே ஒரு மலை மட்டும் வெண்பனியால் மூடப்பட்டு அழகிய தோற்றத்தோடு தெரிய, அதில் ஒரு முகம் அவளை விழுங்கிவிடுவதுபோல் பார்க்கிறது. அதன் பார்வை அவளது அனைத்து நாடி நரம்புகள் வழியாகவும் ஊடுருவி அவளை ஏதோ செய்ய, அவள் தேகம் சற்றே ஆடியது. கண்கள் செருக, உடல் மெல்லச் சாய்கிறது.

"சஞ்சு. சஞ்சு... என்னாச்சு சஞ்சு..." வினீத் பதறியபடி அவளைத் தாங்கிப் பிடித்துக் கொண்டான்.

உதவியாள், பயப்படத் தேவையில்லை என்பதுபோல் புன்னகைத்தான். இறைமையின் சக்தியைத் தாங்கமுடியாதபோது ஒருசிலர் இப்படி மயக்கமடைவது சகஜம்தான் என்றான், அரைகுறை ஆங்கிலத்தில்.

முன்னால் சென்ற ஷெர்பா 'என்னாயிற்று' என்று கேட்டபடி திரும்பி வந்தான். சஞ்சனாவின் முகத்தில் நீர் தெளித்து அவள் கைகால்களை மசாஜ் செய்துவிட்டான். அவள் பருகுவதற்குக் கொஞ்சம் குளுகோஸ் கலந்த நீரைப் புகட்டினான்.

சற்றுநேரத்தில் மெல்லக் கண் திறந்தவளைப் பார்த்துச் சிரித்தான்.

"என்னாச்சு மாஜி... முடியலையா...? உங்க நிருபமாஜியைப் பார்க்க வேண்டாமா?"

"என்ன...?" சஞ்சனா விருட்டென எழுந்து அமர்ந்தாள்.

"எங்கே, கண்டுபிடிச்சுட்டீங்களா..? எங்கே இருக்காங்க?"

"இன்னும் நான்குமணிநேரம் நடந்தால் அவர்களை அடைந்துவிடலாம். ஆத்மலிங்கத்தின் அருகில் தியானம் செய்து கொண்டிருக்கும் பெண்மணியைச் சற்றுத் தூரத்திலிருந்து கண்டேன். உடனே திரும்பிவிட்டேன், உங்களை அழைத்துச் செல்ல."

சஞ்சனா எழுந்தாள். உடம்பின் சக்தி பலமடங்கு கூடிவிட்டாற்போலிருந்தது. கயிலை மலையை நோக்கிக் கைகுவித்து வணங்கினாள். பிறகு விறுவிறுவென நடக்க ஆரம்பித்தாள். நந்திமலை இப்போது பக்கவாட்டுத் தோற்றத்தில் நீண்டு விரிந்திருந்தது. அதன் நீளம் ஐந்து கிலோ மீட்டர்கள் என்று ஷெர்பா சொல்ல, வியப்போடு பார்த்தார்கள். முன்புறம் மெலிதாய்த் தூக்கியிருந்த இயற்கையான திமிலும், பின்புறம் ஒரு பாறை வால்போல் உயர்ந்திருந்ததும் கண்டு கண்கள் இமைக்க மறந்தன.

ஷெர்பா தூரத்தில் எதையோ கைகாட்டினான். ஆத்மலிங்கத்திற்கு அரை பர்லாங் தூரத்தில் ஒரு உருவம் கயிலையை நோக்கிச் சம்மணமிட்டு அமர்ந்திருந்தது. முதுகு மட்டுமே தெரிந்தாலும்கூடச் சஞ்சனாவுக்குப் புரிந்துவிட்டது. அது நிருபமாவேதான். அருகே செல்லச் செல்ல அவள் உடலின் படபடப்பு கூடிற்று. மலை வடிவில் ஒரு தெய்வம், அதன் முன்னால் மனித ரூபத்தில் ஒரு தெய்வம்போல் நிருபமாவையும், அங்கு ஒருசேரக் கண்டபோது கண்களில் நீர் பொங்கியது. நடக்க நடக்க மூச்சு கடுமையாக இரைத்தது.

டப்பு டப்பென்று தூரத்தில் நந்திமலை வெடித்துச் சிதறும் ஓசை கேட்டது. கயிலையும் நந்தியும் இணையும் காணக்கிடைக்காத காட்சியைக் கண்டு கண்கள் பெருகின. இப்படி ஒரு தெய்வீகச் சூழலில் வைத்து அவளைச் சந்திக்க வேண்டும் என்பதற்காகத்தான் இறைவன் இதுவரை

அவளோடு விதவிதமாகச் சொக்கட்டான் ஆடி அவளை அங்கு நகர்த்திக்கொண்டு வந்து நிறுத்தியிருக்கிறானா?

சஞ்சனா சற்றே முன்னால் சென்று நிருபமாவின் முகத்தைப் பார்த்தாள். ஒரு க்ஷணம் இமைக்க மறந்தாள்.

இப்படியும் ஒரு தெய்வீக முகம் உலகில் இருக்க முடியுமா? இத்தனை ஒளியோடு, அழகோடு கொஞ்சம்கூடக் கபடு சூது எதுவுமின்றி நிர்மலாய் ஒரு முகம் இருக்க முடியுமா...? தன்னை மறந்து அவள் மெல்லத் தரையில் விழுந்து வணங்கினாள் அவளை. அவள் கண் திறப்பதற்காகக் காத்திருந்தார்கள் அவர்கள்...

அவள் முகத்தைவிட்டுத் தன் விழிகளை எடுக்கமுடியாமல் அவள் முன்னால் குழந்தை மாதிரி அமர்ந்திருந்தாள் சஞ்சனா. அவளருகில் வினீத். ஷெர்பா அவர்கள் பேசட்டும் என்பதுபோல் சற்றுத் தள்ளிப்போனான். உதவியாளரையும் அழைத்துக்கொண்டு போகும்போது கடிகாரத்தைக் காட்டிச் சீக்கிரமே கிளம்பிவிட வேண்டும் என்று சைகையில் கூறிவிட்டுச் சென்றான். காற்று வீசி வீசியடித்தது.

அரைமணி கழித்து நிருபமாவிடம் மிக மெல்லிய அசைவு தெரிய, அவள் மெதுவாகக் கண்களைத் திறந்து கயிலையைப் பார்த்தாள். அப்படியே தன் முன்னால் அமர்ந்திருந்த உருவத்தையும் பார்த்தாள். கைகூப்பி ஒரு பக்தையைப்போல் தன்னையே பார்த்தபடி அமர்ந்திருந்த அந்த இளம் பெண்ணைக் கண்டதும், கனிவோடு புன்னகைத்தாள்.

"உங்களைப் பார்ப்பதற்காகத்தான் கயிலாயம் வந்திருக்கிறேன்." சஞ்சனா எவ்விதப் பீடிகையுமின்றித் தமிழில் சொல்ல, நிருபமாவின் முகத்தில் வியப்பு படர்ந்தது.

"தமிழா...? என்னைப் பார்க்கவா? என்னை எப்படி..?"

"ஒருவிதத்தில் நீங்கள் என் தாயைப் போல்."

நிருபமா புன்னகைத்தாள்.

"என்ன விஷயமாக என்னைப் பார்க்க, அதுவும் கயிலைக்கே என்னைத் தேடி வந்திருக்கிறாய்?"

"என் அப்பா ஒரு தவறு செய்துவிட்டார் எனத் தெரிந்தது. அந்தத் தவறுக்கு நான் பிராயச்சித்தம் செய்ய விரும்பினேன்."

"புரியவில்லையே!" நிருபமா எழுந்துகொண்டாள்.

"நேரமாகிவிட்டது. இப்போதே இங்கிருந்து கிளம்பினால்தான் இருட்டுவதற்குள் நாம் டார்ச்சேனை அடைய முடியும். நடந்தபடியே பேசுவோம்..." என்றவள் மீண்டும் ஒருமுறை கயிலையைக் கண்குளிரத் தரிசித்தாள். ஷெர்பாவும் உதவியாளர்களும் ஓடிவந்து இவர்களோடு சேர்ந்துகொண்டார்கள். சஞ்சனா கயிலாயத்திற்குத் தன் நன்றியைக் கூறிவிட்டு நிருபமாவோடு நடக்க ஆரம்பித்தாள்.

"உன் கணவனா, பெண்ணே?" நிருபமா வினீத்தைக் காட்டி வினவினாள்.

"கணவனாகப் போகிறவர்..."

"என் வாழ்த்துக்கள்."

"என் அம்மாவை உங்களுக்கு மிக நன்றாகத் தெரியும்." வினீத் சொல்ல, நிருபமா வியப்போடு பார்த்தாள்.

"யார்?"

"ரமணி கிருஷ்ணன். நியூயார்க்கில் உங்களோடு இருந்தவர்கள்."

நிருபமா சற்றே திகைத்தாள். வினீத்தை முகம் மலரப் பார்த்தாள்.

"ரமணியின் பிள்ளையா நீ...? ஒரு வயதில் பார்த்தது உன்னை. எவ்வளவு அழகாக வளர்ந்துவிட்டாய்!"

"என் அப்பாவைக்கூட உங்களுக்குத் தெரியும், மேடம்..." சஞ்சனா சொன்னதும், நிருபமா அவளை ஏறிட்டுப் பார்த்தாள்.

"யார் உன் அப்பா? எனது மற்றொரு நியூயார்க் சிநேகிதரா?"

"என் அப்பாவும் நியூயார்க்கில்தான் இருந்தார். அப்போது அவர் பெயர் பிரணவ். இப்போது அவர் பெயர் ரிஷி."

சஞ்சனா சொல்ல, நிருபமா சட்டென நின்றாள். சஞ்சனாவை அதிர்ச்சியோடு பார்த்தாள்.

❋❋❋

அத்தியாயம் 21

சுகம், துக்கம், சந்தோஷம், சங்கடம், கோபம், வருத்தம், பாசம், மகிழ்ச்சி என எல்லா உணர்வுகளையும் கடந்து வந்துவிட்ட நிலையிலும் மெல்லக் கொஞ்சம் வியப்பும், சந்தோஷமும் எட்டிப்பார்த்தது நிருபமாவின் முகத்தில். எதிரில் நிற்பது பிரணவின் மகளா? சற்றே முகம் மலர வியப்போடு அவளைப் பார்த்தாள்.

"இன்று எல்லாமே எனக்கு ஆச்சரியமாக இருக்கிறது. ஆத்மலிங்க தரிசனம் செய்ய வேண்டும் என விரும்பிய எனக்கு உடனடியாய் அனுமதி கிடைத்தது. இந்த இடத்தில் உங்கள் இருவரையும் சந்திப்பது அதைவிட வியப்பாக இருக்கிறது. என்னைத் தேடி இவ்வளவுதூரம் வந்திருப்பது குறித்து சந்தோஷம்."

சஞ்சனா நிருபமாவின் முகத்திலிருந்து விழிகளை எடுக்க முடியாமல் அவள் பேசுவதைக் கேட்டுக்கொண்டிருந்தாள். இந்த வயதிலும் எவ்வளவு அழகு! இந்தக் கண்களில்தான் எவ்வளவு கருணை! எப்படி இந்தப் பெண்ணை ஏமாற்றிச் செல்ல மனம் வந்தது அப்பாவுக்கு!

அப்பாவின் மீதிருந்த கோபமும் வெறுப்பும் நிருபமாவை நேரில் பார்த்த பிறகு பல மடங்காயிற்று.

"என்ன விஷயமாக என்னைத் தேடி வந்தாய், பெண்ணே? முதலில் உன் பேரைச் சொல்."

''சஞ்சனா. இவன் பேர் வினீத். நாங்கள் இருவரும் காதலிக்கிறோம்.''

நிருபமா புன்னகைத்தாள். ''உனக்கும் பிரணவுக்கும் ஒரு பெண் பிறந்தால் அவளை என்பிள்ளைக்குத் தருவாயா நிரு?'' வினீத்தின் பிறந்தநாள் விழா முடிந்து கிளம்பும்போது ரமணி கிருஷ்ணன் கேட்டது நிருபமாவின் நினைவுக்கு வந்தது. ரமணியின் ஆசை ஏதோ ஒருவிதத்தில் நிறைவேறுவது சந்தோஷம்தான்.

''எதேச்சையாக இவனது பிறந்தநாள் விழா வீடியோ காட்சிகளைப் பார்த்தபோதுதான் எல்லா உண்மைகளும் எனக்குத் தெரியவந்தது. நான் யார்மீது மிகுந்த பாசம் வைத்திருந்தேனோ, யாரை மிக உயர்வாக மதித்திருந்தேனோ அவர் ஒரு ஏமாற்றுப்பேர்வழி, நம்பிக்கைத் துரோகி என்கிற உண்மை என் மனதை மிகவும் நொறுங்கச் செய்துவிட்டது. இதனால் நான் மட்டுமல்ல, வினீத்தின் அம்மாவுக்கும்கூட குழப்பமும் மனவருத்தமும் ஏற்பட்டுள்ளது. என் அப்பா சார்பாக உங்களிடம் மன்னிப்புக் கேட்காவிட்டால், என்னால் நிம்மதியாக உறங்க முடியாது என்று தோன்றியது. உங்களைத் தேடும் முயற்சியில் நான் எனக்குத் தெரியாமலே முதலில் சென்ற இடம் ஸ்ரீரங்கத்தில் என் தாத்தாவின் வீடு.''

சஞ்சனா சொல்ல, நிருபமா மேலும் வியப்போடு அவளைப் பார்த்தாள்.

''அங்கே போனபிறகுதான் தெரிந்தது, அது என் அப்பாவின் வீடென்று. ஆனால் என்னை அறிமுகப்படுத்திக்கொள்ள இயலாத சூழலில் நான் அங்கிருந்து கிளம்பிவிட்டேன். என் முயற்சி வீண் போகவில்லை. ஒருவழியாய் உங்களைப் பார்த்துவிட்டேன். அப்பா உங்களுக்குச் செய்த துரோகத்திற்கு உங்ககிட்ட மன்னிப்புக் கேட்கத்தான் உங்களைத் தேடினேன். நீங்க விரும்பினால் அப்பாவோட உங்களைச் சேர்த்து வைக்கவும் நான் தயார். நா என்ன செய்யணும், சொல்லுங்க.''

சஞ்சனா சொல்லி நிறுத்த, நிருபமா சலனமின்றி அவளைப் பார்த்தாள்.

"இருட்டுவதற்குள் நாம் டார்ச்சேன் போய்ச் சேரவேண்டும். பிறகு பேசிக் கொள்வோம். காற்றின் வேகம் அதிகரிப்பதற்குள் நாம் அஷ்டபத்தின் அடிவாரம் போய்ச் சேரவேண்டும். மௌனமாக நடப்பதுதான் இப்போது நல்லது."

நிருபமா சொல்ல, அவர்கள் தலையசைத்தபடி நடந்தார்கள்.

அஷ்டபத்தின் முன்னால் அவர்களுக்காக வாகனங்கள் காத்திருந்தன. போகும்போது இருந்ததைவிடத் திரும்பும்போது இன்னும் கடினமாயிருந்தது மலைப்பாதை. நிறைய நதிகள் குறுக்கிட்டன. இரவு எட்டரை மணிக்கு ஜீப்பை அடையும்வரை வெளிச்சமிருந்தது. அங்கு பகல் நேரம் அதிகமென்று புரிந்தது.

நிருபமாவையும் தங்கள் வாகனத்திலேயே அழைத்துக்கொண்டு கிளம்பினார்கள். உதவியாளர்களுக்கும், வாகன ஓட்டிக்கும் ஷெர்பாவிற்கும் வேண்டிய பணத்தைக் கொடுத்தான் வினீத். அவர்கள் முகத்தில் மகிழ்ச்சி படர நன்றி சொன்னார்கள்.

நடந்த களைப்பில் உடலின் சக்தியெல்லாம் வடிந்திருக்க, வினீத்தும் சஞ்சனாவும் ஜீப்பிலேயே சாய்ந்து உறங்க, நிருபமா இருவரையும் பரிவோடு பார்த்தாள்.

மறுநாள் காலை அனைவரும் புத்துணர்ச்சியோடு எழுந்தார்கள். குளிரில் உடம்பு கட்டுப்பாடின்றி நடுங்கியது. மற்றொரு கட்டடத்திலிருந்த நிருபமாவின் அறை நோக்கிச் சஞ்சனாவும் வினீத்தும் சென்றார்கள்.

நிருபமா இருவரையும் வரவேற்று அமரச் செய்தாள்.

"நல்லா தூங்கினீங்களா?" விசாரித்தாள்.

"இதுவரை இவ்ளோ நல்லா தூங்கினதே இல்லை. அப்படி ஒரு தூக்கம்."

“நீ இங்கு வந்தது உங்கப்பா அம்மாவுக்குத் தெரியுமா, சஞ்சனா?”

“தெரியாது.”

“உங்கப்பாவைப்பத்தி நீ என்ன நினைக்கிற?”

“நான்தான் சொன்னேனே. இப்போ, அவர்மேல எனக்கு எந்த அபிப்ராயமும் இல்லை.”

“உன்னோட இந்தக் கோபமும் கூடிய சீக்கிரமே மாறக்கூடியதுதான், சஞ்சனா. நீ வெறுக்கிற அளவுக்கு உங்கப்பா எந்தத் தப்பும் பண்ணிடல.”

“உங்களைக் கல்யாணம் செய்துக்கிட்டு, உங்களை விட்டுட்டுப்போய், நடந்த கல்யாணத்தை மறைச்சு இன்னொரு கல்யாணம் செய்துக்கிட்டது தப்பில்லங்கிறீங்களா?”

“மேலோட்டமாப் பார்த்தா உங்கப்பா செய்தது தவறாதான் தெரியும். ஆனா உண்மை அதில்ல. ஒரு நல்லவன் எப்பவுமே நல்லவனாதான் இருப்பான். உங்கப்பா நல்லவர்ங்கற அசைக்க முடியாத நம்பிக்கையோட நீ இந்தப் பிரச்சினையை அணுகியிருந்தன்னா வேற ஒரு உண்மை உனக்குத் தெரியவந்திருக்கும்.”

நிருபமா மிக மெல்லிய குரலில் சொல்ல, சஞ்சனா எதுவும் புரியாமல் அவளையே பார்த்தாள்.

“நியூயார்க்லேர்ந்து இந்தியா வந்த பிரணவ் ஸ்ரீரங்கம் போறதுக்கு முன்னாடி மும்பைலேர்ந்து பூனே போயிருக்கார், தன் நண்பனோட உறவினர் ஒருவருக்குத் தான் கொண்டுவந்த உயிர்காக்கும் மருந்துகளைக் கொடுப்பதற்காக. அங்கே அவருக்கு என்ன நடந்ததுன்னு தெரியல. இப்பொ அவர் தன் நினைவுகளைத் தொலைத்தவர். முதல்முறை நான் கயிலாயம் வந்துட்டுத் திரும்பிவரும் வழியில் அமர்நாத்திற்கருகில் உங்கப்பா அம்மா இருவரையும் சந்தித்தேன். பிரணவைப் பார்த்ததும் எனக்கு சந்தோஷம் ஏற்பட்ட அதே வினாடி அது

வடிஞ்சுபோச்சு. உங்கப்பாவை, தான் சந்திச்சது, தன் பெயர்கூட மறந்துபோன அவருடைய முந்தைய வாழ்க்கை பற்றி எதுவும் தெரியாத நிலையில் அவரை மனப்பூர்வமா காதலிச்சுக் கல்யாணம் செய்துக்கிட்டதுன்னு எல்லா விஷயத்தையும் நா யாருன்னு தெரியாமயே என்கிட்ட உங்கம்மா சொன்னப்போ எனக்குப் புரிஞ்சுபோச்சு, அது என் பிரணவ் இல்லன்னு. என் ஞாபகங்களே இல்லாத ஒருத்தரை நா எப்டி சொந்தம் கொண்டாட முடியும்? பழசைச் சொல்லி அவர்களைக் குழப்ப நா விரும்பல. அவங்களாவது கடைசிவரை பிரியாம சந்தோஷமா இருக்கட்டும்ங்கற வேண்டுதலோட அவர்களை வழியனுப்பி வெச்சேன். அவங்க ரெண்டு பேர்க்கும் நடுல யாரும் போய்க் குழப்பத்தை ஏற்படுத்திடக் கூடாதுன்னுதான் பிரணவ் உயிரோட இருக்கிற விஷயத்தை அவரோட அப்பா அம்மா நண்பர்கள் யார்கிட்டயும் சொல்லலை. நீ நினைக்கிறமாதிரி உங்கப்பா நம்பிக்கைத் துரோகி இல்ல. அம்னிஷியாங்கறது ஒரு மனிதன் ஒரே உடலில் இரண்டு ஜென்மங்கள் எடுப்பது மாதிரிதான். நல்லகாலம் அவருக்கு ஒரு நல்ல மனைவியா உங்க அம்மா கிடைச்சாங்க. அவரைச் சந்தோஷமா வெச்சிருக்காங்க. யாரும் யாருக்கும் தெரிந்து கெடுதல் செய்யல, சஞ்சு... இந்த விஷயத்துல இறைவனோட நோக்கம் என்னன்னு அவனைத்தான் கேட்கணும். ஒருவிதத்துல நானும் இப்போ சந்தோஷமாகவே இருக்கேன். மனிதர்கள் எல்லோரையும் நேசிக்கிறது பெரிய சந்தோஷம்தானே... என் காதலை நா கடவுளை நோக்கிச் செலுத்த ஆரம்பிக்கப் பழகிய பிறகு, எனக்கு இழப்புகள் எதுவும் இல்ல.

பிறக்கின்ற அனைத்தும் இறக்கும். மலர்கின்ற அனைத்தும் வாடும். எழுகின்ற அனைத்தும் வீழும். தோன்றுகின்ற அனைத்தும் மறையும். இறப்பவை எல்லாம் புதியவை பிறப்பதற்குக் காரணமாகும். வாடுபவை புதியவை எழுவதற்குக் காரணமாகும். மறைபவை புதியவை தோன்றுவதற்குக் காரணமாகும். இது ஒரு சுழற்சி. இதை வேள்வின்னும் சொல்லலாம். நீயும் நானும் சந்திக்கணும்னு இருக்கும்போது

பிரணவும் நானும் பிரிஞ்சுதானே ஆகணும். அந்தப் பிரிவுக்கு இப்போ சந்தோஷப்படறேன். உன்னை மாதிரி ஒரு உயிரைப் படைக்க கடவுள் எங்க எல்லாரையும் கருவியாக்கிக் கொண்டிருக்கான். அவனுக்கு என் நன்றி.''

''என் உலகம் இப்போ பெரிசு. எனக்குரிய கடமைகளை நா முழு மகிழ்வோட செய்துட்ருக்கேன். உங்க ரெண்டுபேரையும் இங்க வெச்சுப் பார்த்தது ரொம்ப மகிழ்ச்சி. இந்த விஷயத்தை இதோட விட்டுட்டு நல்லபடியா கல்யாணம் செய்துக்கிட்டு சந்தோஷமா இருங்க...''

சஞ்சனா சிலையாக அமர்ந்திருந்தாள். அப்பா தன் பழைய ஞாபகங்களைத் தொலைத்த ஒரு மனிதர் என்கிற உண்மை அவளை மிகவும் அதிர்ச்சிக்குள்ளாக்கியிருந்தது. அவரைத் தவறாக நினைத்துவிட்டதை நினைத்து வெட்கினாள். அப்பாவின்மீது அவ்வளவுதானா தனக்கு நம்பிக்கை? நிருபமா சொன்னதுபோல் எந்தச் சூழலிலும் அவர் மீது நம்பிக்கை குறையாமல் உண்மையை ஆராயத் தனக்கு ஏன் தெரியாமல் போய்விட்டது?

அவள் கண்கள் கலங்கின. உடனே அப்பாவைப் பார்க்க வேண்டும் போலிருந்தது.

நிருபமா அவள் கண்ணீரைப் புன்னகையோடு துடைத்தாள்.

''இப்போ குழப்பங்கள் தீர்ந்துதா? கயிலாயக் கிரிவலத்தை முடிச்சுட்டுக் கிளம்புங்க. சரியா? நானும் கிளம்பறேன்.''

''எனக்கு இன்னும் சில கோரிக்கைகள் இருக்கு. அதையும் நீங்க நிறைவேத்தி வைக்கணும்.''

''என்ன?''

''உங்களைப் பார்க்கணும்னு ஸ்ரீரங்கத்துல எல்லாரும் ரொம்ப ஆசைப்படறாங்க. தவிர, தன் உயிர் போறதுக்குள்ள ஒருமுறை தன் பிள்ளையைப் பார்த்துடணும்னு காத்திருக்கும் தாத்தாகிட்டே எங்கப்பாவைப் பத்தின உண்மையைச் சொல்லி ஒரு மூன்றாவது மனிதராகவாவது அவரைச் சந்திக்கச்

செய்யலாமா? தெரிந்தவர்கள் என்ற பெயரிலாவது என் தந்தைவழி உறவுகளோடு நான் நெருங்கிப்பழகவும் இந்தச் சந்திப்பு உதவும் இல்லையா?"

"உணர்ச்சிகள் எல்லை மீறிடாம எல்லோரும் பக்குவமா நடந்துக்கணும். உங்கப்பாவோட இப்போதைய நினைவுகளில் எந்தக் குழப்பத்தையும் ஏற்படுத்திடாம உன் ஆசைப்படி செய். யாரும் அவரைப் பிரணவ்னு கூப்டாம பார்த்துக்கோ. இதுக்கு மேல நா என்ன சொல்லப்போறேன்!"

"நீங்க எப்போ ஸ்ரீரங்கம் வருவீங்க?"

"உன் கல்யாணத்திற்கு."

"அது மும்பைல இல்ல நடக்கும்."

"அது ஸ்ரீரங்கத்துல நடந்தா சந்தோஷப்படுவேன். பிள்ளை கல்யாணத்தைப் பார்க்க முடியாட்டாலும் பேத்தி கல்யாணத்தையாவது பார்க்கட்டுமே, உங்க தாத்தா...!"

"நிச்சயமா. ஆனா ஸ்ரீரங்கத்து வீட்டுக்கு வந்தா அப்பாவுக்கு..."

"எந்தக் குழப்பமும் வராதுன்னு நம்புவோம். ஸ்ரீரங்கநாதன் மேல பாரத்தைப் போட்டுட்டு நடக்க வேண்டியதைப் பாருங்க..."

நிருபமா எழுந்தாள். வினீத்தையும் சஞ்சனாவையும் அணைத்து அன்போடு முத்தமிட்டு ஆசீர்வதித்துவிட்டுக் கயிலாய வலம் செல்லக் கிளம்பினாள்.

***

அன்றிலிருந்து எட்டாவது நாள் சஞ்சனாவும் வினீத்தும் டெல்லிக்கு வந்து சேர்ந்தார்கள். சஞ்சனா ஏர்போர்ட்டிலிருந்து வீட்டிற்கு ஃபோன் செய்தாள். அம்மாவின் குரல் கேட்டதும் ஒரு வினாடி தொண்டையடைத்தது.

"சஞ்சு பேசறேம்மா."

"சஞ்சு! எங்கேர்ந்துடி பேசற...?" பவானி குரல் உடையக் கேட்டாள்.

"டெல்லியிலேர்ந்தும்மா..."

"நீ யாரைத் தேடிப் போனயோ, அவங்களைப் பார்த்துட்டியா, சஞ்சு?"

அம்மா கேட்டதும், அதிர்ந்து போனாள் அவள்.

"அ...ம்...மா..."

"எனக்குள்ளயும் நிறைய விடை தெரியாத கேள்விகள் இருந்துதுடி சஞ்சு. அதுக்கான விடைகள் உன் கம்ப்யூட்டர்ல இருந்துது. வினீத்தோட பிறந்த நாள் வீடியோவை நானும் பார்த்தேன்."

"ப்ளீஸ்மா, அப்பாக்கு இதெல்லாம் தெரிய வேண்டாம்."

"தெரியாது. இமயமலையில் அந்தப் பெண்ணை நாங்க ரெண்டு பேரும் பார்த்தப்போ, சத்தியமா எனக்குத் தெரியாது. அவதான் இவரோட முதல் மனைவின்னு. அவங்ககிட்ட இவரைப்பத்தி நான் சொன்னப்போ சலனமே இல்லாம கேட்டுட்டு எங்களை ஆசீர்வாதம் பண்ணிட்டுப் போனாங்க... எப்பேர்ப்பட்ட மனசு வேணும் அதுக்கு! அந்த முகத்துல தெரிஞ்ச ஒரு தெய்வீக ஒளியை இப்பக்கூட என்னால மறக்க முடியல. உன் மனசுல இப்டி ஒரு அதிர்ச்சியும் துக்கமும் இருக்குன்னு தெரியாம நீ எங்களைவிட்டு விலகிப்போய்ட்டதா நினைச்சுட்டேன்டி, சஞ்சு. என்னை மன்னிச்சுடு. அப்புறம் எனக்குப் புரிஞ்சுபோச்சு. நீ அந்தப் பெண்மணியைத் தேடித்தான் போயிருக்கணும்னு. அவங்களைச் சந்திச்சியா?"

"சந்திச்சேன்"

"எங்கே... எங்கே இருக்காங்க?"

"அவங்க இருக்கிறது பத்ரிநாத்கிட்ட ஒரு ஆசரமம். ஆனா அவங்களை நா சந்திச்சது கயிலாயத்தில்..."

"என்ன!". பவானி திகைத்தாள்.

"நம்ப முடியலை இல்ல?" சஞ்சனா சிரித்தாள்.

"உள்ளூர்க் கோயிலுக்கே வரமாட்டே. உனக்கு எப்பேர்ப்பட்ட தரிசனம் கிடைச்சிருக்குடி, சஞ்சு...! என் நீண்டநாள் கனவு கயிலாயம்.."

"கவலைப்படாதே. என் கல்யாணத்திற்குப் பிறகு நானே உங்க ரெண்டு பேரையும் கயிலாய யாத்திரை அனுப்பி வெக்கிறேன். நிஜமா ஒவ்வொரு இடத்துலயும் உன்னை நெனச்சுக்கிட்டேம்மா. நீ பார்த்தா எவ்ளோ சந்தோஷப்படுவன்னு தோணிட்டே இருந்தது. அதை விடு. அப்பாட்ட என்னன்னு சொல்ல? அவர் எங்கே?"

"நீ உடனே கிளம்பி வா, சஞ்சு. உன்மேல அவருக்கு அவ்ளோ நம்பிக்கை. என் பொண்ணு ஏதோ முக்கியமான விஷயமா போயிருப்பா. அவ ஒண்ணும் குழந்தையில்ல. பத்திரமா திரும்பி வந்திடுவான்னு என்னைச் சமாதானப்படுத்திட்டிருக்கார்."

அம்மா சொல்ல, சஞ்சனா குற்ற உணர்வில் தவித்தாள்.

இதே நம்பிக்கை அப்பாவிடம் தனக்கு ஏன் ஏற்படாமல் போயிற்று?

"எனக்கு இன்னும் ஒரு வேலை இருக்கும்மா... நான் மும்பை வர இன்னும் நாலு நாளாகும்."

"என்ன வேலை?"

"சொல்றேன். நா வரும்போது நமக்கு வேண்டியவங்க சிலரைக் கூட்டிட்டு வரேன். வரவேற்கத் தயாராக இரு."

சஞ்சனா போனை வைத்தாள்.

❋❋❋

அத்தியாயம் 22

காவிரியில் புதுவெள்ளம் நுரைத்துக் கொண்டு ஓடியது. ஆடிப்பெருக்குக் கொண்டாட்டத்திற்கு ஸ்ரீரங்கத்து வீடுகள் தயாராகிக் கொண்டிருந்தன. தங்கப் பல்லக்கில் நம்பெருமாள் காவிரியில் எழுந்தருளியிருந்த வேளையில் அம்மா மண்டபத்தைக் கடந்து வந்தது சஞ்சனா வந்த வாடகைக் கார்.

''இன்னிக்கு என்ன விசேஷம், வினீத்...'' காரை நிறுத்தச் சொல்லிக் கீழே இறங்கிப் பெருமாளை வணங்கினாள்.

''பதினெட்டாம் பெருக்குன்னு நெனக்கிறேன். பாட்டிகூட மாயவரம் போயிருக்கா.''

''என்ன பண்ணுவாங்க இன்னிக்கு?''

''சித்ரான்னங்கள் செய்து காவேரிக் கரையில் குடும்பத்தோட உட்காந்து சாப்டுவாங்கன்னு மட்டும் தெரியும்.''

மறுபடியும் காரில் ஏறியமர்ந்தார்கள்.

தாத்தாவின் வீட்டு வாசலில் கார் நின்றது. சத்தம் கேட்டு எட்டிப் பார்த்த தாத்தாவின் முகம் அவளைக் கண்டு மலர்ந்தது.

''அட... வாம்மா. சஞ்சனா...!''

''தாத்தா... இது வினீத்.''

''நெனச்சேன். வாங்கோ.''

"எனக்கென்ன மரியாதை...?"

"வாம்மா சஞ்சனா." பாட்டி உள்ளிருந்து வந்து அவளை அணைத்துக் கொண்டாள்.

"ஆடிப் பெருக்கன்னிக்கு யாருமே இல்லையேன்னு நெனைச்சேன்."

"எல்லாரும் இங்க இருப்பாங்கன்னு இல்ல நெனைச்சேன்?"

"சித்ராவும் மாப்ளயும் சாயங்காலம் வரேன்னிருக்கா."

பாட்டி உள்ளே போய்ப் பாலை அடுப்பில் வைத்தாள்.

சஞ்சனா தாத்தாவையே பார்த்தாள்.

"என்னம்மா?"

"இந்த வினீத் யாருன்னு சொன்னா நீங்க ஆச்சரியப்படுவீங்க, தாத்தா..."

தாத்தா அப்படியா என்பதுபோல் பார்த்தார்.

"அமெரிக்கால உங்க பையனுக்குக் கல்யாணம் நடந்துதே, அந்தப் பிறந்தநாள் விழாக் குழந்தை இந்த வினீத்தான்."

சஞ்சனா சொல்லத் தாத்தா திகைப்போடு அவனைப் பார்த்தார்.

"நிஜம்மாவா? அந்தக் குழந்தை இவ்ளோ பெரியவனாகி என் வீட்டுக்கு வந்து நிற்பான்னு நா நெனைச்சுக்கூடப் பார்த்ததில்ல."

"இன்னிக்கு நாள் நல்ல நாளா, தாத்தா?"

"எல்லா நாளும் நல்ல நாள்தான். ஏன் கேக்கற?"

"நா இன்னொரு நல்ல விஷயமும் சொல்லலாம்னுதான் ஸ்ரீரங்கத்துக்கு வந்திருக்கேன்."

"என்ன...?"

"வீடியோவில் நீங்க பார்த்த குழந்தை உங்க முன்னால வந்து நிக்கற மாதிரி அதே வீடியோல கல்யாணம் செய்துக்கிட்ட

உங்க பிள்ளையும் உங்க முன்னாடி வந்து நிக்கக்கூடும்னு நா சொன்னா நம்புவீங்களா?''

தாத்தா அவளை விழி விரிய வெறித்துப் பார்த்தார்.

''என்ன சொல்ற நீ?''

''உங்க பிள்ளை உயிரோடதான் இருக்கார், தாத்தா.''

''நிஜம்மா...?''

''பார்க்கறீங்களா...?'' சஞ்சனா தன் கைப்பையிலிருந்து ஒரு குறுந்தகட்டை எடுத்து சிடி பிளேயரில் ஓடவிட்டாள். சின்ன வயதில் அப்பா அவளோடு கொஞ்சிய காட்சிகளை அம்மா வீடியோவாக எடுத்து வைத்திருந்தாள். தாத்தா திகைத்தார். கண்ணீர் வழிய நம்ப முடியாமல் டிவி திரையைப் பார்க்க, பாட்டி காப்பி டம்ளரை நழுவவிட்டாள்.

''இதெப்படி, சஞ்சு...? எங்க இருக்கான் பிரணவ்...? யார் இந்தக் குழந்தை? எங்கேர்ந்து கண்டுபிடிச்ச அவனை...?''

''வாழ்க்கைங்கறது பல அதிர்ச்சிகளையும் ஆச்சர்யங்களையும், சந்தோஷங்களையும் சோகங்களையும் உள்ளடக்கின ஒரு இருட்டுக் குகைன்னு ஒருமுறை நீங்கதான் சொன்னீங்க. அது உண்மைதான். சந்தேகமே வேண்டாம். இது உங்க பிள்ளையேதான். ஆனா இப்போ அவர் பேர் ரிஷி. மும்பைல இருக்கார். அமெரிக்கால இருந்து இந்தியா வந்தவர், தன் நண்பரின் குடும்பத்துக்காக ஒரு மருந்தை ஒப்படைக்க பூனே போய்ட்டுத் திரும்பற வழியில அவருக்கு நடந்தது விபத்தா, இல்ல தாக்குதலா தெரியாது. அவர் உயிர் பிழைச்சது நீங்க செய்த புண்ணியம். ஆனா துரதிருஷ்டவசமா தன் பழைய ஞாபகங்களை அந்தச் சம்பவத்துல அவர் இழந்துட்டார். நீங்க வெச்ச பேர் மறந்து உங்க எல்லாரையும் மறந்து, நிருபமாவை மறந்து. ஒரு புது மனிதனா, புதிய ஞாபகங்களோட மும்பையில் இன்னொரு பெண்ணை

மணந்து ரொம்ப நல்லவரா, நல்லபடியா வாழ்ந்துட்ருக்கார். அந்தக் குழந்தை வேற யாருமில்ல, நானேதான்."

சஞ்சனா நிறுத்த, தாத்தாவும் பாட்டியும் சிலையானார்கள். கண்கள் மட்டும் பொங்கி வழிந்து கொண்டிருந்தன. சஞ்சனா எழுந்து சென்று பாட்டியை அணைத்துக் கொண்டாள். தாத்தாவின் அருகில் அமரவைத்து அவர்களது மடியில் தலைசாய்த்தபடி அவர்கள் காலடியில் தானும் அமர்ந்தாள்.

"போனதரம் வீடியோவைப் பார்த்ததுமே எனக்குத் தெரிஞ்சு போச்சு தாத்தா. ஆனா அப்பாவைப் பத்தின மத்த விஷயங்களைக் கண்டுபிடிச்ச பிறகுதான் உங்ககிட்ட இதைச் சொல்லணும்னு போய்ட்டேன். நிருபமாவைத் தேடி நானும் வினீத்தும் இமயமலை பூரா அலைஞ்சோம். கடைசியில் கயிலாயத்தில் வைத்து அவங்களைச் சந்திச்சோம். அப்பா உயிரோட இருக்கற விஷயம் அவங்களுக்கு ஏற்கெனவே தெரியும். அவருடைய தற்போதைய ஞாபக இழப்பும், புதிய வாழ்க்கையும் தெரிஞ்ச பிறகு அவரைத் தொந்தரவு செய்யவேண்டாம்னு அவங்க மௌனமா தன் பயணத்தைத் தொடர ஆரம்பிச்சுட்டாங்க. எந்த ஞாபகமும் இல்லாத ஒருத்தரை நீங்க யாரும் போய்ச் சொந்தம் கொண்டாடிக் குழப்பிடக் கூடாதுன்னுதான் உங்களுக்குக்கூடச் சொல்லலைன்னாங்க. உங்க பிள்ளையைப் பார்க்கணும்னு நீங்க ஏங்கறது எனக்குத் தெரியும். என்கூட நீங்கள்ளாம் மும்பைக்கு வாங்க. உங்க பிள்ளையைக் கண்குளிரப் பாருங்க. ஆனா சொந்தம் கொண்டாட முடியாது. அவரைப் பொறுத்தவரை நீங்கள்ளாம் என்கூடப் படிச்ச வாணியோட தாத்தா பாட்டி, அவ்ளோதான்."

தாத்தா அசையாமல் அமர்ந்திருந்தார். கடவுளே! இதைக் கேட்கத்தானா இத்தனை காலம் காத்திருந்தேன்!.

"தாத்தா...!" சஞ்சனா மெல்ல அவரைத் தொட, குழந்தை மாதிரி அழுதார். வினீத் அன்போடு அவரைத் தன்தோளில் சாய்த்துக் கொண்டான்.

“அவர் நல்லபடியா இருக்கிறது உங்களுக்கு சந்தோஷம் தானே...? கஷ்டத்துலயும் சின்னதா கிடைக்கிற சந்தோஷம்தானே முக்கியம்? உங்களுக்குத் தெரியாதா?”

சஞ்சனா சொல்ல, அவர் அதை ஆமோதிப்பது போலத் தலையாட்டினார். தன் கண்களைத் துடைத்துக் கொண்டு எழுந்து பூஜையறைக்குப் போனார். ‘நன்றி பகவானே! நன்றி’ என்றபடி தலைக்குமேல் கைகூப்பி சாஷ்டாங்கமாய் விழுந்து நமஸ்கரித்தார்.

“பாயசம் வெச்சுடு, மீனாட்சி. சஞ்சு...! நீயே என் பெண்கள் எல்லார்க்கும் ஃபோன் பண்ணு. எல்லாரையும் உடனே வரச்சொல்லு. நம்பர் அதுல இருக்கு பாரு. மீனாட்சி! சித்ரான்னம் நிறையப் பண்ணிக்கோ. இன்னிக்குக் காவேரியைக் கலக்கிடணும். வினீத் இந்த பர்ஸ்ல நிறையப் பணமிருக்கு. போய் எல்லார்க்கும் மும்பைக்கு டிக்கெட் வாங்கிடு.”

தாத்தா சந்தோஷத்தில் திக்குமுக்காடினார்.

“டிரெயின் டிக்கெட் எதுக்கு, தாத்தா...? உங்க எல்லார்க்கும் நான் விமான டிக்கெட்டே எடுத்தாச்சு. நாளைக்கு நாம சென்னை போறோம். அங்கேர்ந்து மும்பை.” சஞ்சனா சொல்ல, அவர் முகத்தின் ஒளி கூடிற்று.

“தாத்தா இன்னொரு சந்தோஷமும் சொல்லட்டுமா?”

“சொல்லு. சொல்லு.”

“எனக்கும் வினீத்துக்கும் ஸ்ரீரங்கத்துல வெச்சுதான் கல்யாணம். அப்பாவும் அம்மாவும் இந்த வீட்லதான் தங்கப்போறாங்க. அப்பாவோட ஞாபக இழப்பு அம்மாவுக்கும் தெரியுங்கறதால நீங்க அம்மாவோட மனசுவிட்டுப் பேசலாம். எங்க கல்யாணத்துக்கு நிருபமாவும் வராங்க...”

தாத்தா பரவசத்தில் கைகூப்பினார். “கடவுளே! இந்த சந்தோஷத்தோடேயே என்னைக் கொண்டு போய்டேன்.”

"அதெப்டி.. இப்பத்தானே உங்களைத் தாத்தான்னு உரிமையோட கூப்ட ஆரம்பிச்சிருக்கேன். அதுக்குள்ள போகணும்னு ஆசைப்பட்டா எப்டி? எனக்கு என் தாத்தா பாட்டியோட ஒரு பத்து இருபது வருஷமாவது கொஞ்சணுமே."

"கொஞ்சேன்." தாத்தா முகம் மலரச் சிரித்தார்.

விமானத்தின் கீழ் மேகக் கூட்டங்கள் மிதந்ததைச் சின்னக் குழந்தை மாதிரி ஆச்சரியத்தோடு பார்த்தாள் பாட்டி

"அடேயப்பா என்ன கூட்டம்! எவ்ளோ வாகனங்கள்...!" மும்பையின் ஜன நெரிசலையும் வாகனங்களையும்கூட வியப்போடு பார்த்தார்கள்.

சஞ்சனா அம்மாவுக்கு முன்கூட்டியே தகவல் சொல்லி இருந்தாள். இரண்டு கார்களும் போர்டிகோவிற்குள் நுழைந்து நின்றன.

"தாத்தா! அதிகம் உணர்ச்சிவசப்பட வேண்டாம், சரியா?" சஞ்சனா முதலில் இறங்கினாள்.

கார் சத்தம் கேட்டு வெளியில் வந்த அப்பாவை ஓடிப்போய் அணைத்துக் கொண்டாள்.

"சாரிப்பா. உங்ககிட்ட சொல்லாம கொஞ்சம் ஊர் சுத்திட்டேன். இனிமே உங்ககூடத்தான் இருபத்துநாலு மணிநேரமும். சரியா?"

ரிஷி பெண்ணின் நெற்றியில் முத்தமிட்டார்.

"நீ என் பொண்ணுடா. எது செய்தாலும் சரியாத்தான் செய்வ. வாங்க, எல்லாரும் வாங்க...!" பெற்றவர்களை அடையாளம் தெரியாவிட்டாலும் முகம் மலர வரவேற்றார்.

"வாணியோட தாத்தா பாட்டிப்பா. அவங்க எனக்கும் தாத்தா பாட்டி மாதிரிதான். அப்டின்னா உங்களுக்கு அப்பா அம்மா மாதிரி. உங்களுக்கு யாருமே இல்லன்னு இனி வருத்தப்படக் கூடாது, என்ன?"

பிள்ளையை விழுங்கிவிடுவதுபோல் பார்த்தார்கள், ஜெயராமனும், மீனாட்சியும்.

"என் பொண்ணே சொல்லிட்டா. அவ ஆசையை நா என்னிக்குமே அலட்சியப்படுத்தினதில்ல. வாங்க, வாங்கம்மா..." ரிஷி அழைக்க...

கண்ணீரை மிகுந்த சிரமப்பட்டு அடக்கிக்கொண்டார்கள் இருவரும். உயிரோடுதான் இருக்கிறானா இல்லையா என்றே தெரியாமல் இருந்த கொடுமைக்கு, அவன் உயிரோடு இருப்பதே பெரிய சந்தோஷமாக இருந்தது.

அவனுக்கு எதுவுமே நினைவில் இல்லாவிட்டால்தான் என்ன? அவனைப் பார்த்ததேபோதும். அந்த வரைக்கும் இறைவன் கருணை மிகுந்தவன்தான்.

தனிமையில் பவானி இருவரையும் அணைத்துக் கொண்டு தன் மகிழ்ச்சியைக் கண்ணீரோடு வெளிப்படுத்தினாள். தான் ரிஷியைச் சந்தித்த பிறகு நடந்ததையெல்லாம். அவர்களிடம் விவரித்தாள். "நா ரொம்ப தவிச்சிருக்கேன். அதேநேரம் அவருக்கு ஞாபகங்கள் திரும்பிட்டா என்னை விட்டுட்டுப் போய்டுவாரோன்னு பயமும் இருந்துது. ஒருவேளை அவருக்கு அம்மா அப்பா, கூடப்பிறந்தவங்கன்னு இருந்தா, அவரைக் காணாம எப்டி தவிக்கிறாங்களோன்னு வருத்தப்படுவேன். ஆனா அப்பொகூட அவருக்குக் கல்யாணமாகி இருக்கும்னு நா நினைச்சதில்ல. எப்பேர்ப்பட்ட மனைவி, நிருபமா கண்ணெதிரே புருஷனைப் பார்த்தும்கூட அவரோட பிரச்சனையைப் புரிஞ்சுக்கிட்டு எவ்ளோ கண்ணியமா எங்களை ஆசீர்வாதம் பண்ணி அனுப்பி வெச்சாங்க! இப்டிப்பட்ட நல்ல உறவுகளையும், நல்ல மனைவியையும் அடையாளம் தெரியாத அளவுக்கு அவர் ஞாபகசக்தி சிதைஞ்சுபோனதுக்காக இப்ப நா நிஜமாவே வருத்தப்படறேன். ஒருவேளை அவருக்கு உங்க எல்லாரைப்பத்தின நினைவும் வந்தா சந்தோஷப்படற

முதல் ஆள் நானாத்தான் இருப்பேன். அவரை உங்களோட அனுப்பிவைக்கவும் தயங்க மாட்டேன். இருபத்தஞ்சு வருஷம் பரிபூரண சந்தோஷத்தோட வாழ்ந்துட்டேன். அதுபோதும்.''

பவானி சொல்ல, மீனாட்சி அவள் வாயை அவசரமாய்ப் பொத்தினாள். "என் பிள்ளை சௌக்கியமாய் இருக்கானே, அதுபோதும். இனிக் கடைசி வரை அவனுக்கு நீதான். அவனைப் பிரிச்சு கூட்டிண்டு போறதுக்காக நாங்க இங்க வரல. நீங்க ரெண்டுபேரும் எப்பவும் சௌக்யமா இருக்கணும். அவனுக்கு எங்க ஞாபகம் வரவே வேண்டாம். அம்மா அப்பான்னு தெரிஞ்சு அன்பு காட்டினாத்தானா? இப்பவும் அன்பாத்தானே இருக்கான். இதுபோதும் எங்களுக்கு.''

மீனாட்சி அவள் நெற்றியில் தாயாரின் குங்குமமிட்டு ஆசீர்வதித்தாள்.

அடுத்த அறையில் வினீத்தும் சஞ்சனாவும் தொலைபேசியில் ரமணி கிருஷ்ணனோடு பேசி நடந்ததெல்லாம் கூறினார்கள்.

"நா உடனே இந்தியா வரேன், வினீத். எனக்கு எல்லாரையும் பார்க்கணும். ஆவணி மாசம் முதல் முகூர்த்தத்திலேயே உங்க கல்யாணத்தை வெச்சுப்போம்.'' ரமணி கிருஷ்ணன் சந்தோஷமாகக் கூறினாள்.

***

ஸ்ரீரங்கத்து வீடு களைகட்டியிருந்தது. பிரணவின் பழைய புகைப்படங்களை எல்லாம் பீரோவில் வைத்துப் பூட்டினார், ஜெயராமன். அவருக்கு ஞாபகம் வரும் எந்தத் தடயமும் இல்லாமல் பார்த்துக் கொண்டார்கள். சித்ராவின் கணவன் ரங்கன்தான் மிகுந்த சங்கடத்தோடு இருந்தான். சிறுவயது முதல் பிரணவின் பால்ய தோழனாயிருந்தவன். தன் நண்பன் தன்னை மறந்துவிட்டதில் அதிக வருத்தம் அவனுக்கு.

"அதனால் என்ன? புதுசா ஒரு நட்பை பிரணவ் அண்ணாவோட ஏற்படுத்திக்கறது கஷ்டமா என்ன?" சித்ரா அவனைச் சமாதானப்படுத்தினாள்.

வீடு முழுக்க மாக்கோலமும், மாவிலைத் தோரணமுமாய் மங்களகரமாயிருந்தது. மும்பையிலிருந்து சஞ்சனாவின் குடும்பமும், நியூயார்க்கிலிருந்து வினீத்தின் பெற்றோர்களும் சென்னையிலிருந்து அவன் பாட்டி தாத்தாவும், என வீடு நீண்டநாள் கழித்து மனிதர்களால் நிறைந்திருந்தது.

"ரெண்டு டெம்போ டிராவலர்க்குச் சொல்லியிருக்கேன். அரை மணில வந்துடும். எல்லாரும் தயாராய்டுவோம்." ரங்கன் சொல்ல, அனைவரும் சந்தோஷமாய்க் கிளம்பினார்கள்.

வண்டிகள் ஒன்றின்பின் ஒன்றாகத் திருச்சி விமான நிலையத்திற்குச் சென்றன. ஒவ்வொரு நிமிடமும் அவர்களது இதயத் துடிப்பு அதிகரித்தது. எல்லோரது கண்களிலும் நிருபமாவைக் காணும் துடிப்பு. அவள் முகம் காண அத்தனை பேரும் அன்போடு காத்திருந்தார்கள்.

நிருபமா என்னும் அந்த அன்புத் தேவதையைச் சுமந்தபடி, விமானம் மெல்லத் தரையிறங்கியது.

முற்றும்

www.ingramcontent.com/pod-product-compliance
Lightning Source LLC
LaVergne TN
LVHW100241051026
849517LV00006B/1953
* 9 7 8 9 3 9 5 2 4 8 8 8 4 *